அன்னை எனும் பூங்காற்று

PUTHU KAVITHAI THIRANAIVU

ஜவஹர் பிரேமலதா

இன்னும் மதிக்க வேண்டி,

இன்னும் அணைக்க வேண்டி,

இன்னும் அன்பு வேண்டி,

ஒவ்வொரு இல்லங்களிலும்,

யுகம் யுகமாய் காத்துக் கொண்டிருக்கும்

தாய்மார்களுக்காக

இந்நூல் சமர்ப்பணம்.

பொருளடக்கம்

அணிந்துரை

வையவன்

அணிந்துரை
வையவன்

(எழுத்தாளர், கவிஞர், நாடகாசிரியர், சிறுவர்களுக்கான கதையாசிரியர், மொழிபெயர்ப்பாளர், தாரிணி பதிப்பக உரிமையாளர், இணையவெளி மின்னிதழின் நிர்வாகாசிரியர், இதயத்துடிப்பு, ஆருத்ரா உள்ளிட்ட இதழ்களின் ஆசிரியர் என பன்முகஆளுமை கொண்ட படைப்பாளர்)

கவி பாட அறியாதவர்களை கவிஞர்கள் ஆக்கும் ஆற்றல் காதலுக்குத் தான் உண்டு என்று நாம் கேள்விப்-பட்டிருக்கிறோம். அவள் கவிஞன் ஆக்கினாள் என்னை. இது எடுத்துக்காட்டு. அன்னையும் ஒருவரைக் கவிஞர் ஆக்குவாள். அதுவும் பெயர் சொல்லி தொழில் கூறினால் அஞ்சும் ஒரு பல் மருத்துவரை.

இது தான் திறனாய்வு நோக்கில் அன்னை எனும் பூங்காற்று (புதுக்கவிதை) நூலுக்கு முனைவர் ஜவஹர்பிரேமலதா எழுதிய முன்னுரையைப் படித்தவுடன் எனக்குத் தோன்றியது. ஒரு பல் மருத்துவரின் கவிதைக்குப் பல்கலைக் கழகங்-களுக்கு மாணவச் செல்வங்களைப் பட்டை தீட்டி வழங்கும் பணியில் இருப்பவர் முன்னுரை தந்திருக்கிறார்.

கவிஞர் டாக்டர்.டிகே.ராம்கமால் ஒரு பல் மருத்துவர். சேலம் அரசு மருத்துவமனையில் பணியாற்றி வருகிறார். அரசு மோகன் குமாரமங்கலம் மருத்துவக் கல்லூரி பல் மருத்துவத்துறையில் துறைத் தலைவராகப் பணியாற்றி வருகி-றார். அவருடைய தந்தையார் கிள்ளிவளவன். தாய் பிரேமாவதி கிள்ளிவளவன். கிள்ளிவளவன் சேலம் மகுடஞ்சாவடி முன்னாள் ஊராட்சி ஒன்றியத் தலைவராக இருந்தவர். மகுடஞ்சாவடி மக்கள் 'ஆ. கிள்ளிவளவன் இந்த நூற்றாண்-டின் கௌரவம்' என்று ஊராட்சி ஒன்றிய கட்டிடத்தில் கல்வெட்டில் பதிக்குமளவிற்கு அம்மக்களின் நல்வாழ்விற்காகத் தன் வாழ்க்கையை அர்ப்பணித்திருக்கிறார். இவருடைய தாத்தா தலைவர் மற்றும் நிர்வாக இயக்குநர் கங்கா தலைவர் மருத்துவமனை கோவை டாக்டர். ஜே.ஜி. சண்முகநாதன், MBBS. DA (LOND) இயக்குநர் கங்கா மருத்துவ-மனை கோவை,கவிஞர் டாக்டர்.டிகே.ராம்கமால் தன் மருத்துவப் பணிகளுக்கிடையில், 'அன்னை எனும் பூங்காற்று' என்று தன்னை அன்னையைப் பற்றி வடித்துள்ள நெடுங்கவிதைக்கு சேலம் அரசினர் கல்லூரி இணைப்பேராசிரிய-ரும் எழுத்தாளரும் திறனாய்வாளருமான முனைவர். ஜவஹர் பிரேமலதா அவர்கள் ஓர் அருமையான முன்னுரையை வழங்கியிருக்கிறார். அதுவும் பிரேமலதா அவர்கள் எடுத்துக்காட்டும் பல நிகழ்ச்சிகளில் எங்கெல்லாம் அன்னையில் ஈர நெஞ்சமும் அன்பு மழையும் சென்று பாய்ந்திருக்கிறது என்ற விவரம் நம் நெஞ்சைக் கவர்கிறது

பிரேமலதா அவர்கள் முன்னுரையில், இத்திறனாய்வில் பளிச்சென்று ஒளி வீசிய ஒரு கருத்து

'ஒரு நல்ல கவிதை என்பது தத்துவத்தையோ அறிவுரையையோ கூறுவதற்காக எழுதப்பட்டதல்ல. அனுபவத்தைப் பிறரிடம் பகிர்ந்து கொள்வதற்காக எழுதப்படுவதாகும்எனக் குறிப்பிட்டிருப்பது.

வேலை என்றதுமே சலிப்பும் வெறுப்பும் ஏற்படுவது சகஜம். ஆனால் கவிஞர் கண்ட அன்னை, ஒரு தாய் எப்போ-தும் வேலை செய்யும்போது அலட்டிக் கொள்ள மாட்டாள். வேலைகள் இருக்கும்போது கழட்டிக் கொள்ள மாட்டாள். அன்னை என்பவள் பசியாற்றுபவள் என்பது உலகறிந்த செய்தி. இங்கே கவிஞர் மேலும் ஒருபடி போனதை ஜ.பிரே-மலதா எடுத்துக்காட்டுகிறார்.

"என் பசியை மட்டுமல்ல . . .யார் பசியையும் பார்த்திருக்க முடியாதவள் நீ சில நேரமோ. . . . தன் பசியை தாழிட்டுக் கொண்டவள் நீ"

பிள்ளைகளின் இதயம்தான் பெற்றோர் இருக்க வேண்டிய இடம் என்பதுதான் மருத்துவக் கவிஞரின் "அன்னை எனும் பூங்காற்று" கவிதை வலியுறுத்தும் செய்தியாகும்.

"இரவுக்கு ஓய்வு பகலில் பகலுக்கு ஓய்வு இரவில் உறவுக்காக வாழும் உன்

சிறகுகளுக்கு ஓய்வெங்கே சொல் தாயே சிந்திக்கவே நெஞ்சு சிலிர்க்கிறதேன்றும்

தாயார் என்பது உன் இயற்கை நிலை. "தயார்" என்பதே உன் உயர் நிலை என்றும் கவிஞர் காட்டிய கருத்துக்-களில் நம் உள்ளம் கவரச்செய்கிறது பிரேமலதாவின் முன்னுரை.

அவரது முன்னுரையே கவிதையை எப்படி ரசிக்கவேண்டும் என்று டிராபிக் போலீஸ் போல நெறிப்படுத்தி, திசை காட்டி நம்மை மகிழ்விக்கும். இந்த உத்தி இன்னும் எத்தனையோ நூல்களை ஒருவர் படைக்க ஊக்கம் தரும். ஆழ்ந்த கருத்துக்கள் நிறைந்த இத்திறனாய்வை படித்தபோது இதயத்தின் அடிவாரத்தில் இருந்து வெளியான முத்து முத்-தான எண்ணங்கள் என்னை என் காலஞ்சென்ற அன்னையின் காலடிகளுக்குக் கொண்டு சென்று மீண்டும் பணிய வைத்தன. என் ஒவ்வோர் உயிரணுவிலும் அவர்கள் உயிர் வாழ்ந்து கொண்டிருப்பதை உணர வைத்தீர்கள். இதற்குப் பாராட்டு என்பது சரியான சொல் அல்ல. இதயம் கனிந்த நன்றியே உரிய சொல்.வாழ்த்துக்கள். கவிஞருக்கும் பிரே-மலதா அவர்களுக்கும்.

"அன்னை எனும் பூங்காற்று"

பி.வேம்பு,
கண்காணிப்பாளர்(ஓய்வு), தேசிய நெடுஞ்சாலைத்துறை, சேலம்.3

நூல் பற்றிய கருத்துரை.

"அன்னை எனும் பூங்காற்று" என்ற புத்தகத்தின் மேல் அட்டையில் கவிஞர் டாக்டர்.டிகே.ராம்கமால் அவர்கள் தன் இரண்டு பாதங்களையும் காண்பித்து முன்அட்டைப் படமாக வெளியிட்டுள்ளார். இஃது அவருடைய அன்னையின் கால் பாதங்களுக்கு அளிக்கும் அன்பையும் வணக்கத்தையும் வணங்குவதற்குரிய செயலாகவும் இருக்கிறது.

புத்தக வெளியீட்டின் விழாவின்போது டாக்டர் திரு. சண்முகச் சுந்தரம் அவர்கள் ஒரு கதையின் மூலம் அன்-னையின் அன்பைப் பற்றிக் கூறினார். புதிதாகத் திருமணம் ஆன தம்பதிகள் அவர்கள். மனைவி தன் கணவனிடம் உங்கள் தாயாரின் (இதயத்தை) அன்பைப் பெற்று வாருங்கள் என்று கூறினாளாம். உடனே கணவன் தன் தாயாரிடம் சென்று என் மனைவி உனது இதயத்தைக் கொண்டு வரச் சொன்னார்கள் என்று கூறினாளாம். அதற்கு அந்தத் தாய் அதனால் என்ன? என்னைக் கொன்று விட்டு எனது இருதயத்தை எடுத்துச் செல் என்று கூறினாளாம். அந்த மகன் தன் தாயாரை கொன்றுவிட்டு இருதயத்தை எடுத்துக் கொண்டு காடு மலை எனச் சென்றானாம். செல்லும் வழியில் தடுக்கி விழுந்து விட்டானாம். அப்போது அந்த மகனின் கையில் இருந்த அந்தத் தாயின் இருதயம் மகனைப் பார்த்-துப் பேசியதாம் ""அய்யோ மகனே பார்த்து செல்லக்கூடாதா எங்கேயாவது அடிபட்டு விட்டதா என்று பார்"" என்றும் பின் மெதுவாகப் பார்த்து செல் என்றும் கூறினதாம். உடனே அந்த மகன் தன் தாயின் உண்மையான அன்பை பார்த்து விட்டு தலை குனிந்தானாம். பிறகு அந்த இருதயத்தை எடுத்துக் கொண்டு தன் மனைவியிடம் கொடுத்தானாம். இது பழைய கதை.

ஆனால் தற்போது அந்தப் புதுமணப்பெண் உன் தாயின் உண்மையான அன்பை பெற்றுவா"" என்றுதான் நான் கூறினேன். ஆனால் நீங்கள் தவறாகப் புரிந்துகொண்டு உங்கள் தாயையே கொன்று இருதயத்தை எடுத்துக் கொண்டு

வந்து விட்டீர்களே. நானும் ஒரு தாயாகப் போகிறவள் தானே என்று கூறினாள் என்று டாக்டர் அவர்கள் விளக்கம-ளித்தார். ஆகையால், தற்போது உள்ள தலைமுறை பெண்கள் தன் கணவனிடம் தன் தாயின் அன்பை பெற வேண்-டும் என்றுதான் நினைக்கிறார்கள். பழங்காலத்துப் பழமொழிகளே தவறாகப் புரிந்து கொண்டு நடப்பவர்கள் அல்ல. தற்காலத்து அனைத்து பெண்களுமே கல்வி அறிவு பெற்றுப் பெரியோர்களை மதிக்கவும் மரியாதை செய்யவும் பழகி இருக்கிறார்கள்.

அந்நிகழ்ச்சியில் உரையாற்றிய மாவட்ட ஆட்சித்தலைவர்கள் அவர்களும் புத்தகத்தை நன்றாகப் படித்து ஆராய்ந்து பல செய்திகளை மிகவும் சிறப்பாகப் பேசினார்கள். அவருடைய தகப்பனார் அவர்கள் தன்னைப் படிக்காமல் வெளியே சென்று விளையாடி விட்டு வருகிறாயா எனக் கண்டிப்புடன் திட்டும்போது அவர்களுடைய தாயார் பள்ளிக்கூடம் சென்றுவிட்டு வந்து படித்துவிட்டுத் தற்போதுதான் விளையாட சென்றான் எனத் தனக்குச் சாதகமாகப் பேசித் தன் தந்தையிடமிருந்து காப்பாற்றுவார் எனவும் கூறினார். அதனால் அன்னை என்பவள் அனைவருக்கும் ஒரே மாதிரியான அன்பை செலுத்துபவளாகத் தான் இருக்கிறார் எனக் கூறினார். "அன்னையைப் போல் ஒரு தெய்வம் இல்லை அவர் அடி தொழ மறுப்பவர் மனிதனில்லை மண்ணில் மனிதரில்லை" எனும் பாடலுக்கு ஏற்ப அன்னையைப் போற்றி அவரைப்பற்றிப் புத்தகம் எழுதி வெளியிட்டுபவர் கவிஞர் டாக்டர் டி.கே. ராம்கமால் அவர்கள் மட்டும்தான் இருக்கும் எனவும் கூறினார்கள்.

டாக்டர்.டிகே.ராம்கமால் அவர்கள் தன் கவிதையில் ஒரிடத்தில், நான்வாய் திறக்கும் முன்பே என் சொல்லும் நீ வாய் திறக்கும் முன்பே உன் சொல்லும் சொல்லாமலே நமக்குப் புரிந்து விடுகிறது என்னவிந்தை எனக் கூறியுள்ளார். இதனால் தாய்க்கும் மகனுக்கும் இடையே மனதில் நினைப்பது ஒன்றேவாக இருப்பது எவ்வளவு புரிதலோடு இருக்கி-றார்கள் எனத் தெரிய வருகிறது. மேலும்,வீதியில் ஓடி வண்டிகள் போல வீட்டுக்குள் ஓய்வில்லாமல் ஓடும் வாகனம் நீ. ஆக்கடா என நீ படுக்கச் சென்றால் அப்போதே வேலைக்காரி வா 'அம்மா' எனும் குரல் கூவும் பகல் நேர ஓய்வு இரவு நேர ஓய்வு இரண்டும் வந்து வந்து கை நழுவும் குறை ஓய்வு நிறை பணி இரண்டும் உன் கால்களாக உன்னுடன் இருக்கின்றன எனவும், கவிஞர் அவர்கள் கூறுகிறார். இவை யாவும் கவிஞர் அவர்கள் தன் தாயின் செயல்பாடுகள் கவனித்துக் கொண்டு இருக்கிறார் எனத் தெரிய வருகிறது.

தன்னுடைய மருத்துவத் தொழிலில் இருந்துகொண்டே ஓயாத வேலைகளின் இடையே தன் தாயையும் கவனித்துக் கொண்டிருப்பது பாராட்டக்கூடிய விஷயமாகும். டாக்டர் கவிஞர் அவர்கள் தன் இளம் பிராயத்தை விட தாயின் இளம் பிராயத்தைச் சொல்லும் போதே இதயத்தை அள்ளும் சுவாரஸ்யத்தை இதமாக உணர்கிறேன் என்கிறார். செக்-கிழுக்கும் மாட்டுக்குப் பின் கழியில் சிக்கென அமர்ந்து, ஆடி ஆடி சுற்று வந்ததும் குதிரை வண்டி லகானைப் பிடிக்க கெஞ்சி அடம் பிடித்துச் சாதித்ததும், நீ ஏதாவது செய்து வில்லங்கமானால் என் செய்வேன்? என வேலை-யாள் வேதனையில் புலம்பியதும், நகைச்சுவையாக நீ சொல்ல திருப்பித் திருப்பிக் கேட்க ஆசை எனக் கூறியுள்ளார். ஒருதாய் தனது இளமை கால அனுபவங்களைத் தன் மகனுடன் பகிர்ந்து கொள்வது என்பது இக்காலச் சூழ்நிலையில் மிகபெரிய விஷயம். அதுவும் நண்பர்களைப் போலப் பேசிக்கொண்டு சிரித்துக் கொண்டும் இருப்பதும் என்பது காணக் கிடக்காதவை.

நீ பிறந்த இடத்தில் உணவு விடுதிபோலக் கறி காய் இரண்டும் கணக்கில்லாமல் சமைக்க ஒத்தாசைக்கு நீ செல்-வாயாம். ஒரு வயிறும் நிறையாமல் போகக் கூடாது என்பாயாம். பின்னாளில் என் அப்பாவின் தோழர்கட்கு நீ தப்-பாமல் பணி செய்ய குரு குலப்பயிற்சி உன் வீட்டில் கிடைத்ததை ஒத்துக்கொள்ள வேண்டும் எனக் கூறியுள்ளார். (ப.74)ஊர் முழுக்க கால்கள் சுற்றி வந்தாலும் உன் பார்வை வட்டத்தில் பவனி வருவதே சுகம் என்கிறார்.

"நல்ல நகைச்சுவை என்றால் சொல்ல வரும்போதே சொல்ல முடியாமல் சொல் எனச் சிரிப்பாய்! சேர்ந்து சிரிப்-போம். செய்தி அறியாமலே. ஆசுவாசப்படுத்திக் கொண்டு ஆரம்பிப்பாய். காரணத்தைச் சொல்லி முடிப்பதற்குள் உயிர் வலிக்கச் சிரிப்போம். உள்ளமெல்லாம் சிலிர்க்குதம்மா. நீ சிரிப்பைக் கூடச் சிக்கனமாகச் செலவழித்தவள் அல்ல. தாராளமாகச் செலவழித்தவர்" எனக் கூறுகிறார். இதில் குடும்பத்தில் உள்ளவர்களின் உள்ள நெருக்கம் தெரிகி-றது.என்ன செய்தாலும் என்ன செய்தாய் என்ன செய்தாய்? எனக் கேட்கும் உலகில் என் இதயத்தின் செவியருகே வந்து என்ன செய்ய வேண்டும்? என்று கேட்கின்ற ஈர இதயம் எப்போதுமே உன்னுடையதே. உன்னுடையது மட்-டுமே! எனக் கூறுகிறார். உடம்பின் ஒருறுப்பாகச் செவிகள் இருப்பதை உணர்கிறோம். ஆனால் உடம்பின் உள்புறமாக இருக்கும் இருதயத்தின் அருகே செவிகள் இருப்பதைக் கவிஞர் அவர்களின் கவிதைகளில் தான் தெரிய வருகிறது.

உன் சேவை மாபெரும் தவமாகும். அன்பே உன்னில் சிவமாகும். நீ முணுமுணுத்த மொழிக்கும் மகிழ்ச்சி கொழிக்-கும். அரசன் ஆண்டி வேறுபாடு தாண்டி இதைப் பார்வை சொறிகின்ற புவிமக்கள் நீ நீ அள்ள வழங்கியதைப் பார்த்-திருக்கிறேன். கிள்ளி வழங்கியதை அல்ல. உன் வெண்தாமரைக் கைகள் சமைத்த உணவு உண்ண உண்ண உண்ணச் சொல்லும் எனத் தன் தாயாரின் சமையலில் கை பக்குவத்தைப் பற்றியும் ருசியைப் பற்றியும் குறிப்பிட்டுச் சொல்கிறார். (ப.79)கனமான மனத்தையும் நீளமான பெட்டியையும் தூக்கிக் கொண்டு பேருந்துக்குக் காத்திருந்து பிரிய மனமின்றிப்

பிரிந்தேன். வேற்று ஊர்க்குச் சென்று என்ன வேட்டையாடப் போகிறோமோ? எண்ணிக் கொண்டே போனது என் பேருந்து பயணம் பார்த்துப்போ என அப்பாவுடன் நீயும் பல கோடி தடைவ சொல்லியிருப்பாய். என் பேரை மட்டும் கோடான கோடி முறை கூப்பிட்டிருப்பாய். 'பார்த்துக்கொள் உடம்பை எனப் பல லட்சம் முறை சொல்லியிருப்பாய் எப்படியோ உன் நல்லெண்ண அலைகளால் இன்று நல் நிலையில் நாங்கள் இருக்கிறோம்' எனக் கூறுகிறார்.

என் மழலைப் பருவத்தில் நானறிந்த முதல் "விளையாட்டுச் சாமான்" நீதான் அம்மா! உன் ரப்பர் உதட்டைப் பிடித்து இழுப்பது உன் வயிற்றைத் துணி துவைப்பது போல அடிப்பது எல்லாம் அடி நெஞ்சப் புத்தகத்தில் அப்படியே இருக்கின்றன. காலமாற்றம் அதைக் கதக்கி விடவில்லை அம்மா. முத்தம் கொடுக்கக் கொடுக்க ஆசையாய் ஆப்பிள் கடிப்பது போலக் கன்னத்தைக் கடித்து அழவைத்தும் அழகு பார்ப்பாய் எனக் கவிஞர் தன் குழந்தைகாலப் பருவத்தை வெளிப்படுத்தியுள்ளார். சில குழந்தைகளின் இது போன்ற செயல்களைத் தாயாரே சொல்ல வெட்கப்படுவதையும் வெளிகாட்டக் கொள்ளத் தயங்குவதையும் வெளிகாட்டக் கொள்ளத் தயங்குவதையும் காண்கிறோம். குழந்தைகள் அனைவருக்குமே ""அம்மா தான் முதல் விளையாட்டுப் பொருள்"" அதைப் பார்த்து அனுபவித்து உணர்ச்சிவசப்பட்டு இருப்பவர்களுக்குத்தரன் புரியும். ஒரு தாயை மிகவும் உன்னதமான இடத்தில் வைத்துக் காலங்காலமாய்ப் போற்றுவதும் இக்காரணங்களால் தான். குழந்தைகளுக்கு மிகவும் மென்மையான பொருட்களையும் துணிமணிகளையும் தான் உபயோகப்படுத்துவாள்.

"அன்னையே நீ என்றைக்காவது வெளியே நடந்தாலும் சரி வீட்டில் படியேறினாலும் சரி படி இறங்கினாலும் சரி. பதைபதைக்கும் இதயம் இது. பார்த்து நடப்பேன் என்று நீ உறுதிமொழி தந்தாலும் அஞ்சி நடுங்குமே என் பிஞ்சு நெஞ்சமே" எனக் கூறுகிறார். பத்துப் பிள்ளை பெற்று வளர்த்துவிடுவாள் ஒருதாய். ஆனால் பத்துப் பிள்ளைகளில் ஒரு பிள்ளை கூடத் தன் தாயை கவனித்துக் கொள்ள முடியாத சூழ்நிலைகளில் ஒரே ஆண்பிள்ளையாகப் பிறந்து தன் தாயின் நடைகளைக் கவனித்துப் பதைபதைக்கும் இதயம் கொண்ட கவிஞர் அவர்களை மிகவும் பாராட்டக் கடமைப்பட்டுள்ளோம். (ப.87)

பூந்தென்றல் போய் வரும் பூவனம் நீயே
குணநலன்கள் கோர்த்த ஓர் ஆவணம் நீயே
மனம் குளிரவைத்த சீதனம் நீயே என் சரிவுகளை
சரிசெய்த சாதனம் நீயே. ஒன்று தெரியுமா தாயே
ஒருசில நேரம் நீ இதயத்தில் இருப்பதாக எண்ணி
என்நெஞ்சை நானே தட்டிக் கொடுப்பேன்
உனக்குத் தெரியாமலே உன் பாதங்களைப் பார்வையால்
தொட்டு பக்தியோடு வணங்கி பணியிடம் நோக்கி
பயணிப்பேன். உன்னை என் 'இதயத்தில்' என்பது கூட
சின்னவார்த்தை. என் ஆன்மாவில் பாதுகாக்கிறேன்.
அன்னையே உன்னையே! எனக் கூறுகிறார்.

மிகவும் பரபரப்பான இக்காலச் சூழ்நிலைகளில் மிகவும் பொறுப்பு வாய்ந்த பல வைத்தியராகப் பணிபுரிந்து கொண்டு வரும் அவர்கள் தன் தாயின் பாதங்களைப் பார்வையால் தொட்டு பக்தியோடு வணங்கி பின்பு பணியிடம் நோக்கி பயணிப்பதாகக் கூறியிருப்பது அவர்களுடைய பாசத்தையும் பெருந்தன்மையையும் காட்டுகிறது.

உழவர்க்குப் பயிர் நலம் முக்கியம் எனக்கு உன் உயிர் நலம் முக்கியம் எனத் தன்தாய் கூறும் நன்மொழிகளைக் கூறுகிறார். ஒரு தாய்க்கு தன் மகளால் பேறும் புகழும் வரவேண்டாம். உயிருடன் நலமாக இருந்தாலே போதும் என்ற தாய் உணர்வினை இங்கே கூறுகிறார். (ப.94)

யார் முன்னே சுதந்திரமாக உணவைச் சுவைக்க முடிகிறது. யாரிடம் பரிமாற மனசு துடிக்கிறது. யார்முன் பேசும் நேரம் இதயத்தின் பாரம் குறைகிறது. யார் முன்னே கூச்சம் இல்லாமல் நெகிழவும் மகிழவும் முடிகிறது எனவெல்லாம் யோசிக்கும் வேளையில் உன்னைத்தான் எண்ணத்தான் தோன்றுகிறது. அன்னையே! யாரால் மறுக்க இயலும் சொல்! ஏனென்றால் தலைப்பட்ட உணர்வுகளில் தலையிட யார் இயலும் சொல். விரக்தியும் தோல்வியும் வந்தாலும் துரத்தி பிடிக்கும் உன் பார்வை அம்மா. குடும்பத்தின் ஒவ்வொரு அசைவிலும் உன் தாக்கம் இருக்கும். உன் அன்பென்னும் நீர்த்தேக்கம் ஆக்ரமித்து இருக்கும். ஆரோக்கிய வீடே வீடு அஃது உன்னால் தான் உருவானது.

'No Mummy No Home' என்பதைப் போல அம்மா இல்லையேல் அந்த வீடு வீடாகாது. அம்மா என்ற உறவுடன் இருந்தால்தான் அது வீடு. இல்லையேல் அது வெறும் செங்கற்கள் சிமெண்ட் மண்ணால் கட்டப்பட்ட பாழ் அடைந்த உயிரோட்டம் இல்லாத தகட்டிடம் (ப.95)

கவிஞர் அவர்கள் தன்னுடைய அழகிய மிக அகன்ற தேக்குமரத்தால் செய்த விட்டங்கள் தாங்கும் கட்டிடத்தைப் பற்றிக் குறிப்பிடும் போது கவிஞர் வைரமுத்து அவர்களால் எழுதப்பட்டுச் சாகித்திய அகாடமி விருது பெற்ற ""கள்-

ளிக்காட்டு இதிகாசம்"" என்னும் புதினத்தில் வைகையில் பாலம் அமைப்பதற்காக அங்கே உள்ள கிராமங்களில் உள்ள மக்களை வீடுகளைக் காலி செய்து கிராமங்களை விட்டு வெளியே செல்ல அரசாங்கம் உத்திரவிட்டபோது ஒரு வயதான பெரியவர் தன் வீட்டில் உள்ள பழைய தேக்கு மர கட்டிடங்களை அகற்றபோராடி போராட்டத்தை நினை-விற்குக் கொண்டு வருகிறார்.

உடம்பே சரியில்லை என்றாலும் அப்பா மறைந்த புதனன்று தப்பாது உன் விரதம். பழம் வாங்கி வர நான் மறந்தாலும் பரவாயில்லை என்பாய். என் நிறை உன்னுடையது. என் குறை என்னுடையது. பெற்ற பலன்கள் யாவும் பெற்றதாலே உன்னால் கண்டது

எந்த முகத்தைப் பார்த்தால் நம்பிக்கை வெள்ளம் பெருக்கெடுக்கிறதோ, எந்த முகத்தைப் பார்த்தால் உத்வேகம் பாய்ந்தோடுகிறதோ எந்த முகத்தைப் பார்த்தால் திருப்தி திருப்தியாகக் கிடைக்கிறதோ அந்த முகத்தை நான் தேடத் தேவையில்லை. வீட்டிற்குள் விரிந்த பிரபஞ்சமாய் அருகிலேயே அன்றருவாய் அங்கும் இங்கும் நீ நிறைந்தே இருப்-பதால் எப்போதாவது அயர்ந்து நி தூங்க பார்த்தால் சந்தடி படாமல் நடப்பேன். அமைதியாய் நடக்கும் பூனைபோலச் சத்தமிடும் குழந்தைகளைச் சத்தமின்றிச் சாடுவேன் எனக் கூறுகிறார்.

மருத்துவக் கல்லூரி மருத்துவப் பணியில் மகத்தான உயர்பதவி மாலை நேர தனிச் சேவை கார் பங்களா ஆள்-அம்பு ஊர் போற்ற மனைவி மக்கள் உயர்வான எழுத்து பணி இவை யாவும் நீ கண்டு ரசித்தாலும் எல்லாம் கூடி வந்த வேளை தேடிப் பார்த்தாலும் தென்படாத உயரம் இருந்து அன்பு பொழியும் தந்தை எண்ணி 'ஒன்றாய் ரசித்-திட கொடுப்பினை இல்லையே என ஓரிரு சமயம் உன்னிரு கண்ணில் வருத்தம் ஒன்று ஓட பார்ப்பேன்! எண்ணம் மின்னலாய் மாறிப்போக அப்பாய்ப் பசிக்கிறது எனும் பேத்திகள் இருவரின் கூக்குரல் கேட்கும் மதுப்பித்துக் கொண்டு புகுவாய் சமையலில் எனக் கூறுகிறார்.' "பெற்ற பொழுதின் பெரிது உவக்கும் தன் மகனை சான்றோன் எனக் கேட்ட தாய்"" என்னும் திருக்குறளின் படி மேன்மை மிகுந்த மருத்துவப் படிப்பு படித்து மகத்தான உயர் பதவி பெற்று மாலை நேர தனிச்சேவை கார் பங்களா ஆள் அம்பு ஊர் போற்ற மனைவி மக்கள் உயர்வான எழுத்துப்பணி இவை யாவும் பெற்றிருந்தும் தன் தாயார் சந்தோஷமாக்க காலக் கட்டங்களின் தன் தந்தை அருகில் இருந்து ரசித்து அனுபவிக்க முடியவில்லையே என்று தன் தாய் மட்டுமின்றிக் கவிஞர் அவர்களும் வருத்தம் அடைவதை உணர முடிகிறது. தன் மகள்கள் அப்பாய்ப் பசிக்கிறது எனும் குரல்கள் கேட்ட உடனே சுயநிலைக்கு வந்து அவர்களுக்காகச் சமையல் அறையில் புகுந்து கொண்டு, சமைப்பதை கண்டு தன்னைச் சமாதானப்படுத்திக் கொள்கிறார்.

கவிஞர் அவர்கள் தன்னுடைய தாய்க்கொரு கவிதை எழுதி,அப்புத்தக வெளியீட்டினை பெரிய விழாவாக நடத்தி அதில் அவர்களுடைய உறவினர்கள் தலைவர் மற்றும் நிர்வாக இயக்குநர் கங்கா தலைவர் மருத்துவமனை கோவை டாக்டர். ஜே.ஜி. சண்முகநாதன், MBBS. DA (LOND) இயக்குநர் கங்கா மருத்துவமனை கோவை, திருமதி கனக-வல்லி சண்முகநாதன் அவர்களுடைய ஆசிர்வாதத்துடன் மாவட்ட ஆட்சித்தலைவர் திரு.மகரபூஷணம் அவர்களின் தலைமையில் விழா நடத்த பெற்றுள்ளதை பார்த்துக் கவிஞர் அவர்களுடைய தந்தையார் அவர்கள் இருதயம் சிலிர்த்து மேலிருந்து மலர் மாரிப் பொழிந்திருப்பார் என்பது திண்ணம்.

சிப்பிக்குள் ஒரு முத்து என்பது போலக் கடலுக்குள் கணக்கில் அடங்காத சிப்பிகள் கோடிக்கணக்கில் இருந்தாலும் முத்து உள்ள சிப்பிகள்தான் பெருமையடைகிறது. முத்துவைப் பெற்றெடுத்த சிப்பிதான் அவர்களுடைய தாயார். பார்த்-தவர்களும் வியக்கும்படி தாயாருக்கு ஒரு விழா நடத்தி சந்தோஷத்தை பகிர்ந்து கொண்டுள்ளார் கவிஞர் அவர்கள். தாய்க்கொரு மகனாகப் பிறந்து அவர்களுக்காக ""அன்னை எனும் பூங்காற்று" என்னும் கவிதை நூலை வெளியிட்டு அவர்களைப் பெருமைப்படுத்தியதற்கு மனமார்ந்த பாராட்டுக்களைத் தெரிவிக்கிறோம். வாழ்க வளமுடன். வாழ்க பல்-லாண்டு.

தாய் ஆனவள் நம் உடலில் ஓர் அங்கம்

பிரியங்காகுமரன்சாண்டில்யன் எம்.இ.,

கருத்துரை

நீங்கள் உங்கள் தாயை பார்க்கும் பொழுது, உலகிலேயே உள்ள தூய்மையான நேசத்தையும் காதலையும் பார்க்கிறீர்கள் எனச் சார்லி பென்னடோ கூறுவார். அவர் கூறிய வார்த்தைகளில் அவ்வளவு உண்மை அடங்கி இருக்கிறது. இவ்வுலகில் நாம் எந்த ஒரு காலக் கட்டத்திலும் சரி, எத்தனை மனிதர்களைச் சந்தித்து இருந்தாலும் சரி, நம் தாய் அளவிற்கு நம்மையாரும் நேசித்திருக்க முடியாது. அஃது எவ்வாறான நேசம் என்றால், நம்மிடம் திரும்பி எந்த ஒரு கைமாறையும் எதிர்பார்க்காமல் வாழ்நாள் வரை பொழிந்து கொண்டிருக்கும் நேசம் ஆகும்.நாம் யார் யாரிடமோ நாம் அவர்களை நேசிக்கிறோம் எனக் கூறுகிறோம். ஆனால், ஒரு முறையாவது நம் தாயிடம் அவளை நேசிப்பதாகக் கூறி இருக்கிறோமா.

அந்த வார்த்தைகளைத் தவிர அவளுக்கு மகிழ்ச்சி அளிப்பது வேறு எதுவாகவும் இருக்க முடியாது. எந்த ஒரு தாயிடம் கேட்டாலும் அவள் கூறுவாள், குழந்தைகளைப் பெற்றெடுப்பதை விடக் கடினமானது அவர்களை நல்ல மனிதர்களாக வளர்ப்பது தான் என்று.

இதற்கு ஒரு சினிமா ப் பாடலே உதாரணம் காட்டலாம்.

"எந்தக் குழந்தையும் நல்ல குழந்தைதான் மண்ணில் பிறக்கையிலே

அது நல்லவராவதும் தீயவராவதும் அன்னை வளர்ப்பினிலே"

வளர்ப்பு என்பதில் கூடத் தந்தையின் வளர்ப்பை அவர்கள் குறிப்பிடவில்லை. தாயின் வளர்ப்பையே குறிக்கிறார்கள்.

ஏனென்றால் பிறப்பின் பின் அக்குழந்தைக்கு விவரம் தெரியும் வரை தாயிடமே இருக்கின்றது. தாயைப் பார்த்து-தான் உலகத்தை கற்றுக் கொள்கிறது. தாயைப் போலத் தான் இருக்க வேண்டும் என்று நினைக்கின்றது.

ஆனால் குழந்தை எவ்வாறான மனிதன் ஆகப் போகின்றான் என்பதையே தாய் தான் தீர்மானிக்க வேண்டும்.

புரிதலும் தாயிடம் தான் அதிகமாக நடைபெறுகின்றது.

தன் மகன் அல்லது மகள் என்ன நினைக்கிறார்கள் என்பதைத் தாயால் புரிந்து கொள்ள முடியும். அதேபோல நமக்குப் பிடித்தவை பிடிக்காதவை உடம்பிற்குத் தீங்கு விளைவிப்பவை என அனைத்தையும் தாய் அறிவாள்.

நம்மைப் பாதுகாக்க வேண்டும் என்றே தாய் முதலில் நினைப்பாள்.

நாம் மழையில் சொட்டச் சொட்ட நனைந்து வீடு திரும்பும்பொழுது, வாசலிலேயே துண்டுடன் நின்று,

"அப்பவே குடை எடுத்துட்டுப் போகச் சொன்னேன், கேட்டியா" எனத் திட்டுவதும் தாய்தான்.

நமக்கு அடிபடும் பொழுது நம்மைவிட வலியால் அதிகம் துடிக்கும் ஒரே நபரும் நம் தாயாகத் தான் இருக்க முடியும்.

ஒரு மகனுக்கும் சரி ஒரு மகளுக்கும் சரி அவர்கள் தாய் மேல் வைத்திருக்கும் அன்பு வேறுபடுகிறது.

மகனோ சிறுவயதில் இருந்தே தாயை நேசிக்கின்றான். அவள் அருகிலேயே நாட்களைச் செலவழிக்கின்றான்.

"சாப்பாடு வேணும், என் யூனிபார்மை துவச்சாச்சா, என் பொம்மையைத் தேடித்தா, கால்ல இடிச்சுகிட்டேன், இந்-தாம்மா மார்க் சீட் சைன் போட்டு விடு" என அனைத்தையுமே அவன் தாயிடம் தான் சொல்கிறான். கேட்கிறான். தந்தையிடம் அவன் கேட்டது ஒன்று தான் "அப்பா அம்மா எங்கே?"

இவ்வாறாகத் தாயின் செல்லப்பிள்ளையாகவே அவன் வளர்கிறான்.

ஆனால், மகளோ தன் சிறு வயதிலெல்லாம் தந்தை உடனே களிக்கிறாள். அவளுக்குத் தந்தைதான் அவளது சூப்பர் ஹீரோ. வெளியே கூட்டிக் கொண்டு போகச் சொல்வது, எதாவது வாங்கித் தர சொல்வது என எல்லாமே தந்தையிடம் தான்.

அவ்வயதில் அவள் தாயை கண்டு கொள்வதே இல்லை. "ஐஸ்கிரீம் வேண்டாம்" என்றால் தாய் கெட்டவள்.

அடம் பிடிப்பதைப் பொறுக்காமல் அதை வாங்கித் தரும் தந்தையோ நல்லவர். ஆனால் யார் உண்மையிலேயே நன்மை செய்கிறார்கள் என அவருக்கு அப்பொழுது தெரிவதில்லை.

ஆனால், வளர்ந்த பிறகு அனைத்துமே மாறி விடுகின்றது.

அதுவும் மகள்களுக்குத் தாங்களும் தாய் ஆகும் நிலையில்தான் அவர்களின் அம்மாக்களின் மகிமை தெரிகின்றது. அதன் பிறகு அக்கடவுளே நினைத்தாலும் அம் மகளையும் தாயையும் பிரிக்க இயலாது.

தன் மகளோ மகனோ செய்யும் ஒவ்வொன்றையும் பார்க்கும் பொழுதுதான், "நாமும் நம் அம்மாவை இப்படித்தானே திட்டி இருப்போம் கஷ்டப்படுத்தி இருப்போம். ஆனால் அவள் எங்கள் மீது ஒருபோதும் கோபம் கொண்டதில்லையே" என உணர்கிறார்கள். அவர்கள் தங்கள் பெற்றோர்கள் செய்தது சரி என உணரும் வேலையில், அவர்களைத் தவறாக நினைக்கும் பிள்ளைகள் அவர்களுக்கு வந்து விடுகின்றார்கள்.

அதேபோல, மகனோ தன் மனைவி வரும் வரை தான் தாயின் அருகில் இருக்கிறான். அதன்பிறகு அவன் தாயின் கருத்துக்கள் இரண்டாம் நிலைக்குச் சென்று விடுகின்றன. மனைவி தான் முதல் என அவன் மாறிப் போகின்-றான்.

ஆதலால் தான் ஒரு வாக்கியம் நினைவுக்கு வருகிறது.

மகன் தனக்குத் திருமணம் நடைபெறும் வரை தான் தாய்க்கு மகனாக இருக்கிறான்.

ஆனால், ஒரு மகளோ வாழ்நாள் முழுவதும் தாய்க்கு மகளாகவே இருக்கிறாள்.

வாழ்வில் எந்த ஒரு சூழலிலும் நாம் நினைவுபடுத்திக் கொள்ள வேண்டியதெல்லாம் ஒன்றுதான். அன்று நம் பெற்-றோர்கள் இல்லையென்றால் இன்று நாம் இல்லை. அவர்கள் தான் நமக்கு உயிர் அளித்த தெய்வங்கள். அவர்களை நாம் என்றுமே மறக்கவோ உதாசினப் படுத்திவிடவோ கூடாது. "

அதிலும் தாய் ஆனவள் ஒருபடி மேல் தான். தன் உடலில் பாதி மட்டும் அளிக்காமல், அவளது உயிர் அன்பு வாழும் காலம் அனைத்தையும் நமக்காக அளிக்கும் அவளை நாம் தெய்வமாகவே எண்ண வேண்டும்.

என்றுமே தாய் ஆனவள் நம் உடலில் ஓர் அங்கம்தான். நமக்குள்ளும் ஒருவராகவே அவளை நினைக்க வேண்-டும். தினமும் நினைக்க வேண்டும் என்றாலும், அன்னையர் தினம் அன்றாவது அவளிடம் நாம் இதைக் கூறுவோம்.

"இவ்வுலகை பொறுத்தவரை நீ எனக்குத் தாய். ஆனால், என்னைப் பொறுத்தவரை நீ தான் என் உலகமே"

முன்னுரை

கவிஞர் டாக்டர்.டிகே.ராம்கமால் ஒரு பல் மருத்துவர். சேலம் அரசு மருத்துவமனையில் பணியாற்றி வருகிறார்.அரசு மோகன் குமாரமங்கலம் மருத்துவக் கல்லூரி பல் மருத்துவத்துறையில் துறைத் தலைவராகப் பணியாற்றி வருகி-றார்.அவருடைய தந்தையார் கிள்ளிவளவன். தாய் பிரேமாவதி கிள்ளிவளவன். கிள்ளிவளவன் சேலம் மகுடஞ்சாவடி முன்னாள் ஊராட்சி ஒன்றியத் தலைவராக இருந்தவர். மகுடஞ்சாவடி மக்கள் 'ஆ. கிள்ளிவளவன் இந்த நூற்றாண்டின் கௌரவம்' என்று ஊராட்சி ஒன்றிய கட்டிடத்தில் கல்வெட்டில் பதிக்குமளவிற்கு அம்மக்களின் நல்வாழ்விற்காகத் தன் வாழ்க்கையை அர்ப்பணித்திருக்கிறார். இவருடைய தாத்தா தலைவர் மற்றும் நிர்வாக இயக்குநர் கங்கா தலைவர் மருத்துவமனை கோவை டாக்டர். ஜே.ஜி. சண்முகநாதன், MBBS. DA (LOND) இயக்குநர் கங்கா மருத்துவமனை கோவை, கவிஞர் டாக்டர்.டிகே.ராம்கமால் தன் மருத்துவப் பணிகளுக்கிடையில், 'அன்னை எனும் பூங்காற்று' என்று தன்னை அன்னையைப் பற்றி ஒரு நீண்ட நெடுங்கவிதையை வடித்திருக்கிறார். இது ஒரு புதுக்கவிதை. அன்னையைப் பற்றிப் பல கவிஞர்களும் பாடியிருக்கிறார்கள். சங்ககாலம் தொடங்கி இக்காலம் வரை வள்ளுவர் முதல் இன்றைக்கு முளைத்த புதுக்கவிஞர்கள் வரை அன்னையின் சிறப்பைப் பல படப் பாராட்டி கவிதை வடித்திருக்கிறார்கள்.,

"புலிசேர்ந்து போகிய கல்அளை போல்
ஈன்ற வயிறோ இதுவே!
தோன்றுவன் மாதோ! போர்க்களத் தானே!" எனப் புறநானூற்றில் தாயின் வீரம் சுட்டப்படுகிறது.
"ஈன்ற பொழுதின் பெரிதுவக்கும் தன்மகனைச்
சான்றோன் எனக்கேட்டதாய்"என்றார் திருவள்ளுவர்.
"முந்தி தவமிருந்து, முன்னூறு நாள் சுமந்து, அந்தி பகலாகத் தொந்தி சரியக் கிடந்த" விந்தைமிகு அன்னையின் மேன்மையைக் கவியாகப் புனைந்தார் பட்டினத்தார்.
தாயின் மாண்பினை எடுத்தியம்பும் ஏராளமான பாடல்கள் திரைப்படங்களிலும் இடம் பெற்றிருக்கின்றன.
'தளபதி' படத்தில் "சின்னத்தாயவள் தந்த ராசாவே ",
'அடிமைப்பெண்' படத்தில் "தாயில்லாமல் நானில்லை",
அதே படத்தில் ஜெயலலிதா பாடிய
'அம்மா என்றால் அன்பு, அப்பா என்றால் அறிவு' 'உழைப்பாளி' படத்தில் "அம்மா அம்மா எந்தன் ஆருயிரே"
'தூங்காதே தம்பி தூங்காதே' படத்தில் "நானாக நானில்லை தாயே "
'வியாபாரி' படத்தில் "ஆசைப்பட்ட எல்லாத்தையும் காசிருந்தா வாங்கலாம் அம்மாவ வாங்க முடியுமா?"
'மன்னன்' படத்தில் "அம்மா என்றழைக்காத உயிரில்லையே! அம்மாவை வணங்காது உயர்வில்லையே!" குழந்தையின் முன்னேற்றத்தில் ஒரு தாயின் பங்கு எவ்வளவு முக்கியமென்பதை எடுத்துரைக்கும் இன்றளவும் எல்லாராலும் மேற்-கோள் காட்டப்படும் புலவர் புலமைப்பித்தனின் பாடல்,

"எந்தக் குழந்தையும் நல்ல குழந்தைதான் மண்ணில் பிறக்கையிலே அவர் நல்லவராவதும் தீயவராவதும் அன்னை வளர்ப்பினிலே"முதலான பல பாடல்கள் தாயின் பல நிலைகளைச் சிறப்புகளை எடுத்துக் காட்டுகின்றன.

ஆனால், ஒரு முழுமையான நெடுங்கவிதையாகத் தாயை புகழ்ந்து பாடியிருக்கும் சிறப்புக் கவிஞர் டாக்-டர்.டிகே.ராம்கமால் அவர்களையே சாரும். அவ்வகையில் அந்நூலைப் படித்து வெளியீட்டு விழாவில் நூலைப் பற்றிப் பேசும் ஒரு வாய்ப்புக் கிடைத்தது. படித்த பின்பு அதில் சில வரிகள் திரும்பத் திரும்ப நினைவிற்கு வந்து வியக்க வைத்தன. நான் உணர்ந்ததைப் பிறரிடமும் வெளிப்படுத்த விரும்பினேன். அஃது இந்நூலாக வடிவம் கண்டுள்ளது.

நன்றி

இந்நூலில் ஏதாவது சிறப்பிருப்பின், அஃது மருத்துவக் கவிஞரையும், இந்நூலை எனக்கு அறிமுகப்படுத்திய, இத்-திறனாய்வு நூல் உருவாவதற்குக் காரணகர்த்தாக விளங்குகின்ற சேலம் தமிழ்ச்சங்க பொருளாளர் திரு.எம்.ஜி.ஆர் எனப்படுகின்ற எம்.ஜி.ராஜன் அவர்களையே சாரும். பல கவிஞர்களின் பாடல்களைக் கருத்துக்களை இதில் சேர்த்-திருப்பதால், இந்நூலின் ஆசிரியரை மருத்துவக் கவிஞர் என்று குறிப்பிட்டுள்ளேன். தாயை நேசிக்கும், தாய் நேசிக்-கும்படி வாழும் அனைத்து நல் உள்ளங்களுக்கும் இந்நூல் சமர்ப்பணம்.

முகவுரை

ஒரு கவிதையை வாசிக்கும்போது நம்மிடம் எழும் முதல் கேள்வி இந்தக் கவிதையின் மைய நோக்கம் என்ன என்பதுதான். நோக்கம் என்பது படிப்பவரின் பயன் அடிப்படையிலானது. `அன்னை எனும் பேராற்றல்` என்ற இந்நூலின் மைய நோக்கம் தாயைப் பற்றிய அனுபவப் பகிர்வாகும். இந்நூலில் பல கவிஞர்கள் தன் தாயுடனான வாழ்க்கையில் தான் கண்ட பல காட்சிகளைப் பதிவு செய்துள்ளதை எடுத்துரைத்து வாசகரை ஓர் அர்த்தபூர்வமான அனுபவத்திற்கு ஆட்படுத்துவதேயாகும்.

கவிஞர்கள் தன்னுடைய அனுபவத்தைப் பற்றிச் சொல்லும்பொழுதே, வாசகரையும் அவரது அனுபவத்தில் பங்-குகொள்ள வைக்கின்றனர். உண்மைச் செய்திகளின் வாயிலாக வாசகரை முழுமையாக/ஆழமாக ஆட்கொள்கிறனர். இக்கவிதையைப் படிக்கும் வாசகன், தன் தாயைக் குறித்த சிந்தனையில் உறுதியாக ஆட்பட்டு விடுவான்.

தாயின் அரவணைப்பு, அக்கறை போன்றவற்றைப் பெரிதாக எடுத்துக் கொள்ளாத இன்றைய போக்கு, பிள்ளைகளைப் பராமரிப்பது அவளது கடமைதானே என்பதான அலட்சியம், கால வெள்ளத்தில் தாயுடனான நுண் உணர்வுகளை மறந்ததால் பாசப் புறக்கணிப்பு, அவசர வாழ்க்கை நிலை போன்றவை இன்றைய நிலை.

இவற்றையெல்லாம் இந்நூலைப் படிக்கும் வாசகன் அவசியம் தன் தாயுடனானதன் அனுபவங்களைத் திரும்ப நினைவிற்குக் கொண்டு வருவான். கவிதைகள் பொதுவாக ஒரு வாசகனின் அனுபவங்களை உறுதியாக அகலப்படுத்-தும். சாதாரண வாழ்க்கைப் போக்கில் எத்தனை விஷயங்களை புறக்கணித்து, மறந்து வருகிறோம் என்பதை வாசகர் உணருமாறு அவனது சிந்தனையை எட்டுமாறு செய்யும் ஆற்றல் கவிதைக்குள்ளது.

கவிதையின் அடிப்படைகளான செறிவு, இறுக்கம் போன்றவை தாய் தொடர்பான கவிதைகளிலும் இடம் பெற்றுள்ளன. ஆழ்ந்து சிந்தித்தலாகிய அனுபவத்தை நோக்கியே ஒவ்வொரு கவிதையும் எழுதப்படுகிறது. அவ்வகையில் பல கவி-தைகள் ஆழ்ந்த சிந்தனையை வாசகனுக்குள் ஏற்படுத்தியுள்ளன. ஒரு கவிதையில் கவிதை மொழி ஏற்படுத்தும் உணர்வலைகள்தான் மிக முக்கியம். அது வாசகரின் நெஞ்சில் ஏற்படுத்தும் அனுபவம்தான் அதன் வெற்றியை நிர்-ணயிக்கிறது.

பொதுவாக, கவிதை என்பது ஒரு தரிசன அனுபவத்தை மொழியில் கொண்டுவர முயல்கிறது. கவிஞன் தான் கண்ட தரிசனத்தை வாசகனும் பெறுமாறு சொற்களை கையாளும் போது, அது வெற்றி பெற்ற கவிதையாகிறது.

கவிதையின் தரம் என்பது ஓரனுபவத்தை அஃது எவ்வளவு உண்மையாகச் சொல்கிறது என்பதைப் பொறுத்தி-ருக்கிறது. அனுபவ மைய நோக்கில், வாழ்க்கை அனுபவங்களை உண்மையாகச் சொல்வதென்பது கவிதைக்கு மிக முக்கியமானது. ஒவ்வொரு கவிஞனும் தான் பெற்ற அனுபவங்களைப் படிப்பவனுக்குள்ளும் உருவாக்கிட முயல்கிறான். இதனால், ஒருவருடைய அனுபவங்கள் மற்றவர்க்கு உலகினைப் புரிந்து கொள்ள உதவுகிறது. எந்தக் கவிதை நம் அனுபவங்களை அகலப்படுத்துகிறதோ, ஆழமாக்குகிறதோ, விரிபுடுத்துகிறதோ அதுதான் சிறந்த கவிதை. விழிப்பு-ணர்ச்சியையும் ஏற்படுத்தி, சிந்திக்கவும் தூண்டும் கவிதைகள் சாகாவரம் பெறுகின்றன.

அவ்வகையில் புதியதொரு அனுபவத்தை, புதிய வேகத்தோடு சொல்லும் முறை இக்காலக்கவிஞர்களிடம் உள்ளது. இரண்டாயிரம் ஆண்டுகளுக்கு முன் சொல்லப்பட்ட தாய்மை பற்றிய பழைய செய்தியாக இருந்தாலும், அதை வெளிப்-படுத்தும் முறையில் புதிய முறையைக் கையாண்டிருக்கிறார்கள்.

தாய் பற்றிய கவிதைகள், தன்னுணர்ச்சிக் கவிதைகள். தன் தாயிடம் நேரிடையாகவே பல இடங்களில் இக்-கவிதையில் உரையாடுவதைப் போலவே பல கவிஞர்கள் பேசுகிறார்கள். கவிதைகளில் ஒரே சமயத்தில் அன்றாட வாழ்க்கையையும், அனுபவங்களையும், கடந்த மதிப்புகளையும் ஒருங்கிணைத்து வெளிப்படுத்துகிறார்கள். தனிமனித சுயத்தின் உள்ளுணர்ச்சியை வெளிப்படுத்தும் சக்திவாய்ந்த சாதனமாகப் புதுக்கவிதை வடிவத்தைக் கையாண்டிருக்கி-றார்கள்.

ஒரு சமூகத்திற்கு இதனால் என்ன பயன் எனக் கேட்கலாம். ஒரு கலாச்சாரத்தைக் கட்டமைப்பதற்கோ, அல்லது தகர்ப்பதற்கோ இதில் அப்படி என்ன இருக்கிறது எனக் கேட்கலாம். வாழ்க்கையை பற்றிய புரிதலை ஏற்படுத்தி வாழ்-விற்கான, இனி வாழ்வதற்கான அர்த்தம் என்ன என்பதை உலகிற்கு உணர்த்தும் விதமாகத் தானே வாழ்ந்து காட்டி வரும் தாயின் - பெண்ணின் வாழ்க்கையைக் கவிதையாக்கியிருக்கிறார்கள். இக்கவிதைகளைத் தனிப்பட்ட ஒருவரின் தன்னுணர்ச்சிக் கவிதை என்ற அடிப்படையில் எளிதில் ஒதுக்கி விட முடியாது. வாழ்க்கையை முழு மலர்ச்சியுடைய-தாக மாற்றத் தேவையான பல பாடங்களை தாயின் வாழ்க்கையிலிருந்து தான் கற்றதாகச் சொல்கிறார் ஒரு கவிஞர்.

1

அச்சாணி

'என்னுடைய நல்ல குணங்கள் எல்லாவற்றுக்கும் என் தாய்க்கு நான் கடன்பட்டவன்' என்றார் ஆபிரகாம் லிங்கன். 'பிரெஞ்சு நாட்டில் நல்ல குடிமக்கள் உருவாக நல்ல தாய்மார்கள் பெருக வேண்டும்' என்றான் நெப்போலியன். 'அன்னையின் செல்வாக்கில்தான் என் பண்புகள் சிறந்தன. அவளால்தான் என் இலக்கிய ரசனையும் வளர்ந்தது' என்று நன்றி செலுத்தினார் காந்தியை சிந்தனையில் மகாத்மாவாகச் செதுக்கிய ரஸ்கின். கோடிக் கணக்கில் மக்களைக் கொன்று குவித்த ஹிட்லரின் இதயத்தில் கூட இறுதிவரை தாய்ப்பாசத்தின் ஈரம் இருந்தது. இரண்டாம் உலகப் போரில் மோசமான தோல்வியை தழுவியதும், துப்பாக்கியால் சுட்டு தற்கொலை செய்துகொண்ட ஹிட்லர், தன் மார்பில் தாயின் படத்தைத் தழுவியபடி நாற்காலியில் சரிந்து கிடந்தார் என்று சரித்திரம் சொல்கிறது.

"நிர்வாகம் மேம்பட
வழிகள் என்னவென
நிறையவே புத்தகங்கள்
நிறைந்து கிடக்கின்றன
அன்பே நிர்வாகம்
என
அழுத்தமாய்
திருத்தமாய்
எளிமையாய் புரியும்
உன் அணுகுமுறை பார்த்தால்"

(ப-106) என்கிறார்"அன்னை எனும் பூங்காற்று" கவிதை நூலில் ராம்கமால்.

அன்பு தான் சிறந்த நிர்வாகத்திற்கான ஒரே வழி என்பதைத் தன் தாயின் வாழ்க்கையிலிருந்து தான் கற்றுக் கொண்டதாகக் கூறுகிறார். இஃது இவருடைய தாய்க்கு மட்டுமல்ல உலகிலுள்ள ஒவ்வொரு தாய்க்கும் பொருந்தும்.

அன்பினாலே எதையும் நிர்வகித்துச் சாதித்துக் காட்டிய பல தாய்மார்களை இந்த உலகம் கண்டிருக்கிறது.

அ.. ன்.. பு.. என்னும் இந்த மந்திர சக்தியுள்ள மூன்று எழுத்துக்கள் இரத்தத்தில் கலந்து, நரம்புகளை மீட்டி, உணர்ச்சிகளை மெருகூட்டி வார்தையாக வரும் பொழுது, இந்த உலகையே கட்டி வைக்கும் வல்லமையைப் பெறுகிறது. இந்த அன்பு நிர்வாகத்தை ஒரு தாயிடமிருந்து தான் ஒவ்வொருவரும் கற்க வேண்டும் என்பதற்கு ஓர் உண்மைச் சம்பவத்தை இங்குக் கூற விரும்புகிறேன்.

சமுதாயத்தில் உயர் நிலையில் இருந்த ஒருவரிடம் அவர் உயர்வுக்குக் காரணம் சொல்ல முடியுமா என்று கேட்கப்பட்டது. அதற்கு அவர் தன் தாய் தான் காரணம் என்று சொல்லிவிட்டு சிறு வயதில் நடந்த ஒரு நிகழ்ச்சியைக் கூறினார்.

அவர் மூன்று வயது குழந்தையாக இருந்தபோது ஒரு நாள் குளிர்சாதனப்பெட்டியிலிருந்து பால் இருந்த ஒரு கண்ணாடிப்புட்டியை எடுக்க முயற்சித்திருக்கிறார். அப்போது புட்டி கீழே நழுவி பால் முழுவதும் கொட்டி யிருக்கிறது. அவருடைய தாயார் வந்து அதைப் பார்த்தவு-டன் சிறுவனாக இருந்த அவர் பயத்துடன், "அம்மா,பால் கொட்டி வீணாகி விட்டது".என்று நடுங்கியபடி கூறியிருக்கிறார். அதற்கு அவரு-டைய அன்னை சொன்னாராம். ,"நான் பாலை விட உன்னை நேசிக்கிறேன்.எனக்கு நீதான் முக்கியம்."என்று கூறிவிட்டுப் பின்னர்,"மிக அழகாகக் கொட்டியிருக்கிறாயே!பரவாயில்லை கீழே கொட்டிவிட்டது இனி ஒன்றும் அதைச் செய்ய முடியாது.நீ கொஞ்ச நேரம் அதிலே விளையாடு."என்றிருக்கிறார். குழந்தையாக இருந்த அவரும் பயம் நீங்கி அதன் மேல் விழுந்து புரண்டு குதூகலத்துடன் விளையாடியிருக்-கிறார். .திரும்ப வந்த தாய்,"விளையாடி விட்டாயா?இந்த இடம் இப்போது அசிங்கமாக உள்ளது.இப்போது இந்த இடத்தைச் சரி செய்ய வேண்டும்.நீ எது கொண்டு இதைத் துடைக்கப் போகிறாய் ?துணி தரட்டுமா, என்று கேட்டிருக்கிறார்.துணி கேட்டு வாங்கித் துடைக்க ஆரம்-பித்தாராம்..தாயும் அவனுக்குக் கூட உதவி செய்திருக்கிறார்.

பின் சிறுவனான அவரிடம் சொன்னாராம்,"இப்போது பாட்டில் ஏன் கீழே விழுந்தது என்று பார்க்கலாமா? நீ எப்படிபாட்டிலைத் தூக்கி-னாய்?"என்று கேட்க அவன் செய்து காண்பித்தான்.உடனே அத்தாய் அதே போல ஒரு காலி புட்டியை எடுத்துக் கொண்டு அவனுடன் வீட்டின் பின்புறம் சென்று அந்தப் புட்டியில் தண்ணீர் ஊற்றி அதை எப்படித்தூக்கினால் கீழே விழாமல் செய்ய முடியும் என்பதை விளக்கிக் காட்டினாராம். சிறுவனான அவரும் ஒரு பாடத்தை அழகாகக் கற்றுக் கொண்டாராம்.

இப்படிப் பொறுமையுடன் குழந்தைகளை வளர்த்தால், நிச்சயம் சமுதாயத்தில் அவர்கள் உயர்ந்தவர்களாக வருவார்கள்என்பதற்குத் தன் வாழ்க்கையே சான்று என்று கூறியிருக்கிறார்.

அன்பே நிர்வாகம் என அழுத்தமாய்த் திருத்தமாய் எளிமையாய் புரியும். ஒவ்வொரு தாயின் அணுகுமுறையையும் பார்த்தால் என்பதை நாமும் உணர்ந்து தானே வந்துள்ளோம்.

மேலும், நிர்வாகம் மேம்பட வழிகள் என்னவென நிறையவே புத்தகங்கள் நிறைந்து கிடக்கின்றன. தினசரி ஒரு தாய் அனுசரிக்கும் சகல விஷயங்களும் அகிலம் போன்ற அகல மனதை அம்பலப்படுத்தும். வீட்டு நிர்வாகத்தில் தடுமாறும் மனிதர்க்கு வினைத்திட்பத்தை விளை-யாட்டாய் புரியவைக்கும். தவறைச் சுட்டிக்காட்ட தவறாத்தாயின் நெஞ்சு நல்லதை ஊக்குவிக்க நாள்தோறும் குரல் கொடுக்கும்.

தாய்க்குள் நாமிருந்தபோது நமக்காக நேரம் பார்த்து உண்டவளும் தாயே. உலகில் வளரும்போது நமக்காகச் சில நேரம் உண்ணாதவளும் தாயே. தனக்குத் தனக்கு என்று பூட்டிக் கொள்ளாமல் குழந்தைக்காக கணக்கு கணக்கு எனக் கையை கட்டி வைத்து கொள்ளாதவள் தாயே. பெறுவதைவிடத் தருவதில் தான் இன்பம் என உறுதியாய் வாழ்ந்து காட்டியவளும் தாயே. பாவனை இல்லாத பூவினைப் போல இயற்கையாய் இருப்பவள் தாயே. உள்ளத்தில் உதிக்கும் கனவுகள் நிறைவேற ஒத்துழைப்பவள் தாயே. ஊட்டச்சத்தும் தாயே. கொதிக்கும் எண்ணங்களுக்குக் குளிரூட்டியாக இருந்து ஒளியூட்டுபவளும் தாயே. வாழ்ந்து கெட்டோரைக் கண்டும் வாஞ்சை காட்டுவாள். நல்வார்த்தை பொழிந்து உள்ளத்தை தொடுவாள்.

அன்பு என்னும் மூன்றெழுத்து மந்திரத்தை உலகிற்குக் கற்றுக் கொடுக்கும் முதல் ஞானகுரு தாய்தான். இந்த அன்பு என்னும் மந்திரம், இரத்தத்தில் கலந்து, நம் உள்ளத்து நரம்புகளை மீட்டி, நம் உணர்ச்சிகளையெல்லாம் நல்வழியில் மெருகூட்டி நம்மை உலகிற்கு முன் ஒரு மனிதனாய் நிறுத்துகிறது.

இந்த உலகையே கட்டி வைக்கும் வல்லமை அன்பு ஒன்றுக்குத் தான் இருக்கிறது. அதை நமக்குச் சொல்லாமலே, தன் வாழ்க்கையின் மூலம் வாழ்ந்து காட்டி நமக்குக் கற்றுக் கொடுப்பவள் தாய்தான்.

அன்பிற்காக ஏங்குவோர் பல கோடி பேர். அது கிடைக்காமல் இறந்தோர் பல கோடி பேர். கிடைத்ததைத் தக்கவைத்துக் கொள்ளாமல் இழந்-தவர் எத்தனையோ கோடி பேர். அன்பை காட்டி பல பேரின் வாழ்க்கையை நாசம் செய்தவர்கள் எத்தனையோ கோடி பேர். உண்மையான அன்பை தேட வேண்டிய சூழலில் உள்ளோர் எத்தனையோ கோடி பேர். உண்மையான அன்புடன் ஒருவர் அதனை ஆராய்ந்து தெளிய வேண்டிய சூழல் உள்ளவர் எத்தனையோ கோடி பேர்.

அப்துல் கலாமின் அன்னை பற்றிய கவிதை

கடல்அலைகள், பொன்மணல்,

புனிதயாத்திரிகர்களின்நம்பிக்கை,

இராமேஸ்வரம்பள்ளிவாசல்தெரு,

இவையெல்லாம்ஒன்றுகலந்தஉருவம்நீ...

என்அன்னையே...

உன்ஆதரவுக்கரங்கள்

என்வேதனையைமென்மையாய் அகற்றின

உன்அன்பும்ஆதரவும்நம்பிக்கையும்எனக்குவலிமைதந்தன.

அதைக்கொண்டேநான்இந்தஉலகை

அச்சமின்றிஎதிர்கொண்டேன்

என்அன்னையே... நாம்மீண்டும்சந்திப்போம்

அந்தமாபெரும்நியாயத்தீர்ப்புநாளில்.

வார்த்தைகளாலும், செய்கைகளாலும், பார்வைகளாலும் நம் மனதில் கல்வீசி விளையாடும் எத்தனையோ மனிதர்கள் சூழ்ந்துள்ள இச்சமூ-கத்தில் நாம் நம்பக்கூடிய ஒருயிர் உள்ளதென்றால் அது தாயைத் தவிர வேறு யாராக இருக்க முடியும். நம்மை விளையாட்டுப் பொருளாக்கி விளையாடும் இச்சமூகத்திடமிருந்து மீட்டு நம்மைப் பாதுகாத்து நம் அடையாளத்தை நமக்குக் காட்டுபவள் தாய்தான்.

இந்தக் கவிதைகள் ஒரே ஒரு பொருண்மையுடையது. இதன் மையப் பொருண்மை தாய்தான். வாசகரை சிந்திக்கத் தூண்டும் வகையிலான இக் கவிதைகள் மறைமுகமாக ஒவ்வொரு வாசகரையும் நோக்கி சொல்ல வருபவை இவைதாம். ஒரு தாயின் பரிவு!! அதைச் சிந்தித்துப் பார். தாய் உனக்காகவே சிந்திக்கிறாள்!! உனக்காகவே துடிக்கிறாள்!! உனக்காகவே எவ்வளவு பொறுமை கொள்கிறாள்!! உனக்காகவே தனது ஆசைகளை துறக்கிறாள்!! உனக்காகவே தன் ரத்தத்தை கூடப் பாலாக்குகிறாள்!! உனக்காகவே உறங்காமல் கண்விழிக்கிறாள்!! உனக்-காகவே உழைக்கிறாள்!!! உனக்காகவே நோன்பு இருக்கிறாள்!! உனக்காகவே சேமிக்கிறாள்!! உனக்காகவே மன்றாடுகிறாள்!! உனக்காகவே எதையும் செய்கிறாள்!! உனக்காகவே வாழ்கிறாள்!! உனக்காகவே என்றும் வாழும் ஒரே இதயம்!! இன்னும் எத்தனை எத்தனையோ செய்த உன் தாய்க்கு நீ செய்வது என்ன தெரியுமா? கொஞ்சம் கூட அவளைப் பற்றிச் சிந்திக்காமல் உனக்காகவே நீ வாழ்வது தான்!!

தன் தாயின் பெருமைகளை உணராத ஒரு பெண் தான் தாய்மையடைந்த நிலையில் வடித்துள்ள ஒரு கவிதை இதோ......

அம்மா ......

உணரவில்லை முழுமையாக

இந்த வார்த்தையை நான் தாயாகும் வரை....

அத்தனை வலியையும் மீறி

பிஞ்சு மழலையை என்னிருகை ஏந்தியபோது

எதுவுமே உணரவில்லை...பேரின்பத்தை தவிர,

முன்பெல்லாம் எண்ணுவேன்

பெண் ஜென்மமே பாவப்பட்டதென ..

இப்போது வருந்துகிறேன் அதற்காக,,,

என் மகள் தந்த முத்தத்தில் பட்ட

எச்சில் துளியில் தெரிகிறது

என் சொர்க்கம்........ (பனித்துளி சங்கர்)

ஒரு நல்ல கவிதை என்பது தத்துவத்தையோ அறிவுரையையோ கூறுவதற்காக எழுதப்பட்டதல்ல. அனுபவத்தைப் பிறரிடம் பகிர்ந்து கொள்வதற்காக எழுதப்படுவதாகும். அனுபவங்கள்தான் கவிதையை மேலும் அழகுபடுத்துகின்றன. எல்லா அனுபவங்களும் அது மகிழ்ச்சியோ, துக்கமோ, வலியோ, இழப்போ எதுவாக இருப்பினும் கலை என்ற ஊடகத்தின் வாயிலாக வெளிப்படும்பொழுது அது நல்ல வாசகருக்கு வாழ்க்கையைப் பற்றிய புரிதலை ஏற்படுத்துகிறது.

"சூடாய் உள்ள சுழல்களை

ஊதி

அகற்றி விடும்

ஒப்பற்ற சக்தி

உள்ளவள் நீ

நிதானமாய் யோசித்து

நீளும் துயரத்தை

நாளும் வேரறுப்பாய்" என்கிறார் ராம் காமல்.(ப-17)

வைரத்தாய் வைராக்கியத்தாய்

வைரம் பன்முகங்களைக் கொண்டது. ஒரு தாயும் வைரத்தைப் போன்றவள்தான். குடும்ப மானம் என்னும் உறுதியும், கணவனுக்காக ஒரு முகம், குழந்தைகளுக்காக ஒரு முகம், உறவினர்களுக்காக ஒரு முகம், சமூகத்திற்காக ஒரு முகம் என்னும் பன்முகங்களையும் உடையவள். இவர்களுக்காகவெல்லாம் தன் தேவைகளைத் தியாகம் செய்தவள்.

தன் சிறுவயதில் தான் சரிவரப் படிக்காத சூழலில் அப்பா அடிக்க, அதைத் தடுக்க இயலாமல், தவிப்புடனும் பதைபதைப்புடனும் மகனுக்-காக மகனின் நன்மைக்காக எனப் பதற்றத்தைக் காட்டாமல் மகனைச் சீர்படுத்திய தாயை காணாத வீடுகளே இல்லை.

"அன்று அப்பா

சில சமயம்

ஓங்கி அடிக்க வந்தாலும்

நான் ஓங்கி வளரத்தான்
என்பாய்" (ப-41) (ராம்கமால்)

அப்பா அடிக்கும்போதெல்லாம் கண்ணீரைத் துடைத்து, சிறந்த உளவியல் மருத்துவராக ஆறுதல் சொல்லி, தேற்றுபவள் தாய்தான். அப்பாவின் அடிக்குப் பயந்து பிள்ளைகள் ஓடிவிடாமல் தடுக்கும் அன்புச்சங்கிலி தாயிடமே உள்ளது யாவரும் ஒப்புக் கொள்வர். தாயில்லாமல் நானில்லை; தாய் இன்றி உலகில் எவரும் பிறப்பதில்லை; அம்மா என்றழைக்காத உயிரில்லையே என்றெல்லாம் கவிஞர்கள் தாயின் பெருமையைப் பாராட்டி கவிதை வடித்திருக்கிறார்கள். தாயின் பெருமையைப் பிற பொருட்களுக்காக உவமையும் காட்டியிருக்கிறார்கள். தாய்நாடு, தாய் மண், ஆறுகளின் பெயரெல்லாம் பெண்ணின் பெயர்களே. கடலன்னை, இயற்கை அன்னை பாரத மாதா என எத்தனையோ உதாரணங்களைச் சுட்டலாம். தாயின் மீது அன்பு செலுத்துவது போல, இவற்றின் மீதும் அன்பு செலுத்த வேண்டும் என்பது ஒரு காரணமாக இருந்தாலும் வற்றாத அன்பின் அடையாளமாக, வற்றாத வளங்களின் அடையாளங்களாகத் தாயினைப் போல மண், கடல், இயற்கை போன்றவையும் இருப்பதினாலும் தான் இவை தாயோடு ஒப்பிடப்படுகின்றன.

தன் பிள்ளைக்குச் சரியான வாழ்க்கைச் சூழலை ஏற்படுத்தித் தர வேண்டிய பொறுப்பு ஒவ்வொரு பெற்றோருக்கும் உண்டு. நாட்டுச் சூழல், சமுதாயச் சூழல் சரியில்லையென்றாலும், வீட்டுச்சூழல் சரியாக இருந்தால் ஒரு பிள்ளை சான்றோனாக வளர்வான்.

அன்பாக வளர்க்கப்படும் குழந்தை பிறரிடம் அன்பையே வெளிப்படுத்தும்; பண்பாக வளர்க்கப்படும் குழந்தை பண்பாக நடந்து கொள்ளும். போற்றப்பட்டு வாழும் குழந்தை பிறர் போற்ற வாழும். பிறரையும் போற்றும். இது வாழ்வியல் சொல்லும் உண்மை. அதிலும் தாய்-தந்தை இருவரில் தாயிடமே குழந்தைகள் நெருக்கமாக இருக்கும். எனவே ஒரு குழந்தையின் எதிர்கால வாழ்க்கையைத் தாயின் வளர்ப்பிலிருந்தே தெரிந்து கொள்ளலாம்.

தாய்க்கும் உணவிற்கும் நெருங்கிய தொடர்புண்டு. சிவ ராத்திரி சிவனுக்கு உலகின் தந்தையாகக் கருதப்படுபவருக்கான ராத்திரி. சிவராத்திரி அன்று பசித்திருக்க வேண்டும். எனவே, அன்று உண்மை விரதமிருக்க வேண்டும். ஆனால், சக்தி உலகின் தாய் சக்திக்குரிய இராத்திரிகள் ஒன்பது. தாய் எப்போதும் பிள்ளைகள் பசித்திருக்க விடமாட்டாள். பிள்ளைகளைப் பட்டினி போட அவளால் முடியாது. எனவேதான், நவராத்திரி ஒன்பது நாளுமே சுண்டல், அவல், பொங்கல், புளியோதரை எனச் பல உணவுகளும் கோவில்களில் வழங்கப்படுகிறது. சக்தியான தாயை வணங்கும் மரபு தமிழர்களின் பண்பாட்டோடு தொடர்புடையது.

மதங்கள் பல கருத்துக்களில் கோட்பாடுகளில் முரண்பாடுடையவை. எனினும், தாயைப் பொறுத்தஅளவில் அனைத்து மதங்களும் ஒத்த கருத்தையே கொண்டிருக்கின்றன. "தாயின் காலடியில் சொர்க்கம் உண்டு என்பது நபிகள் நாயகம் (ஸல்) அவர்கள் சொன்ன பொன்மொழி. தாயை மதித்து, அரவணைத்து, அன்பு காட்டி, தாய்க்குச் சேவை செய்ய வேண்டும் என்பதே இதன் கருத்தாகும்.

நபிகளாரிடம் நண்பரொருவர் வந்தார். "இறைத்தூதர் அவர்களே! அறப்போரில் கலந்துகொள்ள விரும்புகிறேன். அது குறித்துத் தங்களிடம் ஆலோசிக்கவே வந்தேன்" என்றார். அப்போது நபிகளார், "உமக்கு அன்னை இருக்கிறாரா?" என வினவ, அவர் 'ஆம்' என்றார். அப்போதுதான். "தாயை (முதலில்) கவனி! சொர்க்கம் அவரது காலுக்கு அடியில் உண்டு" என்றார்கள் நபியவர்கள்.

மனிதன் பிறப்பதற்கு, இறைவனுக்கு அடுத்துத் தாய்தான் காரணம். அவனை வயிற்றில் சுமந்து, பெற்றெடுத்து, பாலூட்டி, சீராட்டி வளர்த்து ஆளாக்குவதற்குள் தாய் படும்பாடு சொல்லி மாளாது. உலகத்தில் சுயநலமே கலக்காத ஒரு தியாகி உண்டென்றால், அது தாயாகவே இருக்க முடியும். தியாகத்தின் மொத்த உருவம் தாய்தான்என்கிறது இசுலாம்.

"பெற்றிட்ட பிள்ளைகளை
பெரிதும் நினைத்து
பெருமையாய் பிள்ளை
புகழ் பிறரிடம் சொல்லி
பிள்ளைக்காக வாழுகின்ற
புனிதமான தாய்மைக்கு
தலை தாழ்ந்து வணங்கி
திருவடிகள் போற்றி"(பிரபாகர் ராமசாமி. யுத்ஃபுல் விகடனிலிருந்து) என்கிறார் ஒரு கவிஞர்.

""உன் மகிமை
உண்மையில் தெரிந்து
விட்டதாலோ என்னவோ
சாமியை வெளியே தேடும்
அக்கரை
சற்றும் எனக்கில்லை""(ப.31) இதே கருத்தையே கவிஞர் பி.கே.ராம்கமாலும் எடுத்துரைக்கிறார்.

அந்நிய கலாச்சார மோகம், மேற்கத்திய கல்வி போன்றவை நம்மை நம் பண்பாட்டிலிருந்து விலகச் செய்துள்ளன. எனினும், மரபு மாறாத பண்பு இக்கவிஞர்களிடம் தென்படுகின்றன.

2

தாயின் கண்டிப்பு

கண்டிப்பு என்பது குழந்தைகள் செய்த தவறைச் சுட்டிக் காட்டுதல், மீண்டும் தவறு செய்யும்போது தண்டித்தல், இவை பிள்ளைகளை நல்வ-ழிப்படுத்தும். தவறு செய்தால் அம்மா திட்டுவார் என்ற பயம் பிள்ளைக்கு இருந்தால் மீண்டும் தவறு செய்ய மாட்டான். கண்டிப்பவள் தானே தாய். அன்பாய் சொல்லி, கேட்காத பிள்ளையை எப்போதும் அரவணைத்தால் அவனை எப்படித் திருத்த முடியும்? மருத்துவக் கவிஞர் என்ன கூறுகிறார் பாருங்கள்.

"குட்டு வைத்து நல்லவை சொன்னாய்
கொஞ்சம்கூடப் புரியவில்லை
படும்போதே புரிகிறது.
இன்றதை நினைக்கையிலே
என் நெஞ்சு இனிக்கையிலே
உனைத் தொட்டுக் கும்பிடத்
தோன்றுதம்மா" (ப-38)

மனிதனாய் பிறந்த அனைவருக்கும், பயம் இருக்க வேண்டும் தவறு செய்தால் தாய் தண்டிப்பாள் என்ற உணர்வு ஏற்பட வேண்டும். அப்போது தான் பிள்ளை பிறர் போற்ற வாழ்வான்.

வீட்டில் யாராவது ஒருவர் கண்டித்துப் பிள்ளைகளைத் திருத்த வேண்டும். பெரும்பாலும் அன்புச்சூழலில் மட்டுமே இருக்கும் குழந்தைகள் தன் தவறை எப்போதுமே உணர முடியாது.

புலமை பித்தன் என்ற கவிஞர் பாடிய ஒரு பாடல் இங்கு நினைவிற்கு வருகிறது.

"எந்தக் குழந்தையும் நல்ல குழந்தைதான்
மண்ணில் பிறக்கையிலே

பின் நல்லவராவதும் தீயவராவதும்
அன்னை வளர்க்கையிலே.......
பாதை தவறிய கால்கள் விரும்பிய
ஊர் சென்று சேர்வதில்லை...
நல்ல பண்பு தவறிய பிள்ளையைப் பெற்றவள்
பேர் சொல்லி வாழ்வதில்லை
பேர் சொல்லி வாழ்வதில்லை''

குழந்தை மனது முல்லை கொடி போன்றது. அதை அப்படியே தன்போக்கில் வளர விடாமல், கண்டிப்பு என்ற கம்பு ஊன்றி, சிறப்பாகச் செவ்வனே வளர்ப்பது தாயின் கடைமைதான். குழந்தை நாளடைவில் வளர்ந்து நன்முறையில் ஊர் போற்ற வாழும் போது தாயின் கண்டிப்பின் பங்கைப் புரிந்து கொள்ள இயலும்.

"மழலையாய் தாய் தன் மகவை
பார்ப்பது இயல்பு ...
தாயே நீயோ நான் வளர்ந்த இன்றும்
என்னை பச்சிளம் மகவாய் தாங்க,இன்று அலுவலகம் முடிந்து
நான் தாமதித்து வீடு திரும்பும்
விநாடிகளை நெருப்புத் துண்டுகளாக்கி
வீட்டின் முன்னோ, வீதி முற்றத்திலோ,
காத்திருக்கும் ஜீவன்
நீ தான் என் உயிரே !!!!!''(கவிஞர் மகேஸ். நீரோடை இணையதளம்)

குழந்தைகளைக் கண்டிக்க வேண்டிய நேரத்தில் கண்டித்துப், பின் நற்பண்புகளைச் சிறு வயதிலிருந்தே கற்றுக்கொடுத்தால், பிற்காலத்தில் அவர்களின் வாழ்க்கைக்கு அது புது அர்த்தத்தை அளிக்கும் என்பதில் எந்த ஐயமுமில்லை என்பதை தன் வாழ்க்கையில் நடந்த நிகழ்ச்சிக-ளிலிலிருந்தே கவிஞர்கள் எடுத்துக் காட்டியுள்ளனர்.

என்னதான் தாய் கண்டித்தாலும், நமக்காக கண்ணீர் விடுபவளும், நாம் வரத் தாமதமானால் காத்திருப்பவளும் தாய்தான்.

3

தாயே கடவுள்

ஒவ்வொரு இல்லமும் ஆலயம்தான். அன்னை என்னும் கடவுளை உணர்ந்து வணங்கி வந்தால் கோயிலுக்கே போகத் தேவையில்லை. ஆண்டவனை நம்பாதவர்கள் கூட அன்னையை நம்புவார்கள். உலகத்தின் எல்லா உறவுகளையும் துறந்துவிட்ட துறவிகள் கூட, எந்த நிலை-யிலும் துறக்க முடியாத உறவு தாயின் உறவு. பற்றுகளிலிருந்தும் விடுபட்ட துறவிகளுக்குப் பூர்வாசிரமம் இல்லை என்கிறது சனாதன தர்மம். ஒரு துறவியை, அவரைப் பெற்ற தந்தை சந்திக்க நேர்ந்தால், தந்தைதான் அந்தத் துறவியின் கால்களில் விழுந்து வணங்க வேண்டும். ஆனால் தாய் சந்திக்க நேர்ந்தால், அவள் திருவடிகளில் துறவி விழுந்து தொழ வேண்டும். தந்தைகட்கு இல்லாத மதிப்பை இந்து தர்மம் தாய்க்குத் தந்திருக்கிறது. ஏனெனில் அன்னையின் பேரன்பை அனுதினமும் அனுபவிப்பதால்.

"கோவிலுக்குப் போகத் தேவையில்லை
குளத்தில் மூழ்கத் தேவையில்லை
நடை சாத்துவதற்குள்
நடை ஓட்டம் தேவையில்லை
பூஜை தேவையில்லை
புனஸ்காரம் தேவையில்லை
தட்சணை தட்டில் வைத்து
அர்ச்சிக்கத் தேவையில்லை
சாமி வந்தது போல்
கர்ஜிக்கத் தேவையில்லை
கற்றை மந்திரங்கள் நான்
கற்று வைத்திருந்தாலும்
அத்தனையும்
'அம்மா' என்ற
ஒற்றைச் சொல் மந்திரத்தில்
அடங்கி விடுகின்றன""" (ப-2) என்கிறார் ராம்கமால்.

சைவநூல்களில் முதன்மையான இடம் வகிப்பது திருவாசகம். அதை இயற்றிய மாணிக்கவாசகர் இறைவனின் கருணையை எடுத்தியம்பும் போது, இறைவனின் கருணையை உணர்த்த முயன்று முதலில் இறைவன் கருணையைத் தாயன்புடன் ஒப்பிடுகிறார்.

"அம்மையே யப்பா வொப்பிலாமணியே.........." (-திருவாசகம்)
"தாயான ஈசற்கே.........................." (-கோத்.....12)
"தாயிலாகிய இன்னருள் புரிந்த தலைவனை.."(-சாதகம் 39)

உலகில் உள்ள அன்பில் சிறந்தது உன்னதமானது தாயன்பு ,அதனுடன் இறையன்பை உவமை கூறிய திருவாதவூரர் உள்ளம் அத்தோடு திருப்திப்படவில்லை. தாயை விட மேலானது இறையன்பு என்பதை விளக்க முயன்று மீண்டும் தாயன்போடே திரும்பத் திரும்ப ஒப்பிட்டுக் காட்டுகின்றார். இதிலிருந்து தாயைவிட உயர்வான ஒன்றை அவரால் கூற முடியவில்லை என்பது புலப்படுகிறது.

"தாயிற் சிறந்த தயாவான தத்துவனே........."(-நமசிவாய 62)
"தாயிற் பெரிதும் தயாவுடைய நம்பெருமான்.."(-பூவல்லி 03)
இப்படியெல்லாம் கூறியும் திருப்தியடையவில்லை.

இறுதியில்,குழந்தையின் பசியறிந்து பாலமுதூட்டும் தாயைவிடச் சிறந்தவன் இறைவன் என்று கூறியும் பார்க்கிறார்.இறை அன்பை இவ்வுலகில் உள்ள வேறு எவற்றுடனும் உவமை கொள்ள முடியாது ஆற்றாமையால் வருந்துகிறார்.

"பால் நினைந்தூட்டும் தாயினும் சாலப்பரிந்து.."(-பிடித்தபத்து 09) என்று தாயின் பாதத்திலேயே சரணடைந்துவிடுகிறார்.

கவிஞர்.காமு.ஷெரீப் "அன்னையைப் போல் ஒரு தெய்வமில்லை — அவள்
அடி தொழ மறப்பவர் மனிதரில்லை, மண்ணில் மனிதரில்லை"என்கிறார்.

சுயநலப் பற்றற்ற நிலையில் வாழும் தாய், இன்ப வாழ்விற்குச் சுயநலத்தை நீக்கி வாழ வேண்டும் என்ற உரிய தத்துவத்தை வாழ்ந்து காட்டியே உலகிற்கு உணர்த்த முயல்கிறாள். கடவுளின் அன்பு, கருணை நம்மில் சிலரால் கூட உணர முடியாதது. ஆனால் அவர்களுக்கும் தாயின் அன்பு உணரக் கூடியதே. தாயன்பைப் புரிந்து கொண்டவர்களால் தாயின் அன்பு மூலமே கடவுளை நாம் தரிசிக்க முடியும் என்பதும் புலப்ப-டும். எனினும், படைக்கப்பட்ட மனிதர்களின் பாவ புண்ணியங்களுக்கேற்றார் போல் பலன் அருளும் தன்மையாம் பகவானுக்கு..... பத்துமாதம் கருவில் சுமந்தும் பரிவும் பாசமும் ஊட்டி வளர்த்தும் பாகுபாடு பாராத குணமன்றோ அன்னைக்கு!

இன்றும் இப்படிப்பட்ட தாயை பார்க்கமுடியுமா? இதோ ஒரு சம்பவம். ஒரு பாவமும் அறியாத பள்ளிச் சிறுவனை ஒருவன் வெறித்தன-மாகக் கொன்று விடுகிறான். மரணத் தண்டனை விதிக்கபட்டது. இறுதியில் கொல்லப்பட்ட சிறுவனின் தாய் அவனிடம் ஒரு சில வார்த்தைகள் பேசவிரும்பினால் பேசலாம் என அனுமதி கொடுக்கப்பட்டது. அத்தாயோ கழுத்தில் தூக்குக்கயிறு இறுக்கப்பட்டு, தீர்ப்பு நிறைவேற்றப்படவி-ருந்த இறுதித் தருணத்தில் படுகொலைக் கைதியை அறைந்து மன்னித்து விட்டதாகத் தெரிவிக்கிறாள். நெஞ்சை நெகிழ வைக்கும் இச்சம்பவம் ஈரானில் இடம்பெற்றுள்ளது.

"ஆயிரம்கோடி எழுத்துக்கள் இருந்தும்
வர்ணிக்க முடியாத வார்த்தைகளால்
வேயப்பட்ட ஓர் அன்புக்கூரை,
அம்மா!
ஆண்டாண்டு அழுதுபுரண்டினும்
ஆண்களுக்குக் கிட்டாத ஓர்
அரிய உணர்வு,
தாய்மை!"(- வாணிகல்கி வனிதா .கவிதை.காம்)

தனது மகனைக் கொன்ற படுகொலையாளிக்கு மன்னிப்பளித்த தாயை உலகம் இன்று கொண்டாடுகிறது.
எனவேதான், ஒரு கவிஞர் இவ்வாறு கவி பாடியுள்ளார்.

4

சொர்க்கத்தை அடையும் வழி

வாழ்க்கையை எல்லோரும் தான் பார்த்துக் கொண்டிருக்கிறார்கள். எல்லோருக்கும்தான் அனுபவங்கள் நேர்கின்றன. எல்லோருக்கும் தான் சமயங்கள், மரபுகள், பண்பாடுகள், அரசியல், ஆன்மீகம் போன்ற தளங்களில் தங்களுக்கு எனச் சார்புகள், கருத்துக்கள் இருக்கின்றன. என்றாலும் வாழ்க்கையை மற்றொரு கோணத்தில் பார்ப்பதற்கு யாருக்கும் நேரமிருப்பதில்லை. ஒரு படைப்பாளி தான் அதை அறிந்து எடுத்துக் கூறுகிறான். இதுவரை நாம் நினைத்திராத ஒரு பகுதியை எடுத்துக் காட்டுகிறான். அப்போது தான் நம் உணர்வுகள் திடுக்கிட்டு விழித்துக் கொள்கின்றன. இது தான் படைப்பாளியின் பாணி என்கிறோம்.

வாழ்க்கையில் எத்தனை முரண்பாடுகள், வியப்புகள் ஏற்பட்டாலும் எல்லாவற்றையும் சரி சரி என்று எடுத்துக் கொண்டு அடுத்த வேலையை நோக்கிப் போய்விடுகிறோம். சுயமாகச் சிந்திக்கவும், புதிதாக எதையும் அணுக முடியாத அவசர யுகத்தில் எல்லாமே தற்போது சமாதானப்-படுத்தப்பட்டு ஏற்கப்பட்டு விடுகின்றன. இச்சூழலில் வாசகனின் உணர்வைத் தட்டி ஒரு கவிஞன் ஒரு கணம் சிந்திக்க வைத்து விடுகிறான். வாசகனின் சிந்தனையைத் தூண்டி விடுகிறான். அது விழிப்புணர்ச்சியை ஏற்படுத்தும் வகையில் நன்னோக்கம் கொண்டதாக இருப்பின், காலத்தால் நிலைத்து நிற்கிறது. ஒரு கவிஞனின் புதிய பார்வை கவிதைக்குரிய மரியாதையை அவனது படைப்பிற்குத் தந்து விடுகிறது. சிறந்த கவிதை படிப்பவரின் மன உணர்வுகளைக் கூர்மை தீட்டி வாழ்க்கையைப் பற்றிச் சிந்திக்க வைக்கிறது.

இந்தியாவைப் பொறுத்தளவில் பெண்களைத் தாயாகப் பார்க்கும் ஒரு பண்புள்ள நாடு. ஆனால், இந்த நாட்டில்தான் எத்தனை மதங்கள், சாதிகள், கடவுளர்கள். நீரையும் நிலத்தையும் பெண்ணாகப் பார்க்கும் அதுவும் ஒரு தாயாகப் பார்க்கும் பார்வையுடைய இந்நாட்டில் அனைத்து ஆறுகளின் பெயர்களும் பெண்களின் பெயர்கள்தான்.

நிலத்தைப் பூமித்தாயாக வணங்குகிறோம். ஒவ்வொரு மதத்திலும் எத்தனை கடவுளர்கள். சில மதங்கள் பெண்களை மிகுதியாகக் கடவுளாக வழிபடுகின்றன. சில மதங்களில் பெண்கள் வழிபடப்படுவதுமில்லை. இஃது அவரவர் சமய, மத உரிமை. ஆனால் எந்தச் சமயமாக, மதமாக இருப்பினும் தாயை ஒரு தெய்வமாகப் போற்றாத மதமோ சமயமோ இல்லை. உலகின் அனைத்து மதங்களும் சமயங்களும் தாயைத்தான் முதலில் போற்றுகின்றன. இவ்வாறு, அனைத்து மக்களும் ஒன்றுபடும் இந்தக் கருத்தினை அனைவரும் உணர்ந்தால் உலகில் எதற்கித்தனை கடவுளர்கள்?

எதற்கிந்த சாதி, மத, இன,சமயச் சண்டைகள்? ஒரு மதத்திற்குள்ளேயே எத்தனை முரண்பாடுகள்? தாய் எனும் பெயரிலேயே வீட்டிலேயே

•9•

தெய்வமிருக்க எதற்கிந்த கருத்து வேறுபாடுகள்? இதைத்தான் மருத்துவக்கவிஞர் ராம்கமால்,

""உன் சேவை
மாபெரும் தவமாகும்!
அன்பே உன்னில்
சிவமாகும்!"" (ப-78) என்கிறார்.

தாய்க்குச் சேவை செய்வதே உண்மையான தவம் என்கிறார்.
தாயின் அன்பிலேயே சிவனைக் காணலாம் என்கிறார்.

""அரசன் ஆண்டி-
வேறுபாடு தாண்டி
இறை பார்வை
சொரிகின்ற
புவிமகள் நீ!"" (ப-79) என்கிறார்.

இறைவனை வழிபடாத மகன்கள் உண்டு. ஆனால், தம் மக்களுக்காக இறைவனை வழிபடாத தாய் என்று ஒருவரும் இல்லை என்பர். அவ்வகையில், அன்பே உருவான தாயை வழிபட்டாலே அனைத்து வரங்களும் கிடைத்து விடும் என்கிறார் இக்கவிஞர்.

""பக்தி மார்க்கம்
யோக மார்க்கம்
ஞான மார்க்கம்
சன்மார்க்கம்
எனும்
எல்லா மார்க்கங்களும்
உன் பாதக் கடலில்
சரிவிகிதத்தில்
சங்கமமாகும்"" என்கிறார். (ப-3)

இறைவனை அடையும் வழிகள் நான்கு. இதைச் சரியை, கிரியை, ஞானம், யோகம் என்பர். இறைவனைப் பூசைகள் செய்து வழிபாடு செய்வது சரியை ஆகும். கிரியை என்பது பாடல்கள் பாடி இறைவனை வழிபடச் செய்வது. ஞானம் என்பது குருவின் வழியில் செய்வது. ஞானம் என்பது குருவின் வழி ஞானம் பெற்று இறைவனை அடைவது. யோகம் என்பது உயர்ந்த நிலை.
இப்படி இறைவனை அடைய பல வழிகளைச் சமயங்கள் கூறுகின்றன. எனினும், எல்லா மார்க்கங்களையும் ஒருசேர அடைய தாயின் பாதத்தை வணங்கினால் போதும்.

கடவுளைத் தேடி காடு மலை அலைய வேண்டாம். ருத்ராட்ச மாலை அணிய வேண்டாம். தீமிதிக்க வேண்டாம். அலகு குத்த தேவையில்ல. அரச மரமும் சுற்றத் தேவையில்லை. கற்றை மந்திரங்களைக் கற்றுக் கொண்டு ஓதத் தேவையில்லை. அத்தனை பலன்களையும் 'அம்மா' என்ற ஒற்றை மந்திரமே பெற்றுத் தந்துவிடும் என்பதை உணர்ந்தவர்கள் அறிவர்.

"தாயின் மகிமை தெரிந்துவிட்டதால் தான் சாமியை நான் வெளியில் தேடவில்லை" என்கிறார் ஒரு கவிஞர். கவிதையில் தத்துவம் சொல்வது அங்கீகரிக்கப்பட்ட ஒன்றுதான். புதுக்கவிதையிலும் இதன் தாக்கம் தொடர்கிறது.
எனவேதான் மற்றவர்க்கும் உரைக்கின்றார்.

'அம்மா எனும் மந்திரத்தை
அதரத்தில் மட்டுமல்ல. . .
உதரத்திலும் உச்சரியுங்கள்' என்கிறார் மற்றொரு கவிஞர்..

அப்படித் தெய்வமாக வணங்கத்தக்க தாய் என்னதான் செய்து விட்டாள்? என்று கேட்போருக்கு,
குழந்தைகளையே நினைத்துக் கொண்டு குழந்தைகளுக்காகவே தன் மரணம் வரை பாடுபடும் தாயை நினைத்துப் பார்க்கச் சொல்கிறார்.
"தாயின் காலடியில் சொர்க்கம் இருக்கிறது" என்று அண்ணல் நபிகள் மொழிந்தார்கள். தாயின் மேன்மையை அத்தனை மதங்களும் அத்-
தனை இதிகாசங்களும் புகழ்பாடுகின்றன.

"ஈன்ற பொழுதின் பெரிதுவக்கும் தன்மகனைச்
சான்றோன் எனக்கேட்டாய்"

என்றார் திருவள்ளுவர்.

தன் குழந்தைகளின் நலன் ஒன்றைத் தவிர வேறொன்றையும் சிந்தித்தறியாத தாயை விடச் சிறந்த உறவு உலகில் இல்லை.

"உடல் ஊர் சேதி போனாலும்
உள்ளம் இருப்பதோ
நம் இல்லம் தானேயம்மா"" (ப-34)

தாயின் மனம் எங்கிருக்கும்? அது பிள்ளைகளையே சுற்றி வரும். அவள் பற்று வைத்த பரம்பொருள் யார்? வேறு யார்? பிள்ளைகள்தான். எனவே தான் கவிஞர் ஒருவர் கூறுகிறார் அன்னையே உன் அன்பினை எந்த இலக்கணத்திற்குள்ளும் சிறைப்படுத்த இயலாது.

குழந்தைகளுக்காகத் தன் உடல்நலனையும் பாராது தொண்டாற்றும் தாயன்றி வேறோர் தெய்வமுண்டோ? யார் போற்றினாலும் யார் தூற்றினாலும் தாயின் உயிராற்றல் பிள்ளைகளுக்காகப் பணியாற்றத்தான் துடித்துக் கொண்டிருக்கும்.

தாய்மார்கள் தன்னை இகழ்ந்த புறக்கணித்தவர்களின் நலனுக்காக அவர்களின் புறக்கணிப்பைப் புறக்கணிப்புச் செய்து அவர்களுக்காக இறுதிவரை பாடுபடவே செய்கிறார்கள். ஒவ்வொரு தாயும், பிள்ளைகளின் நலனே குறிக்கோள். எத்தனைப் பணிகளைப் பிள்ளைகளுக்குச் செய்தாலும், அதைத் தம்பட்டம் அடித்துக் கொள்ளத் தெரியாதவள்தான் ஒவ்வொரு தாயும். தாய்க்கு பகல் நேர ஓய்வு, இரவு நேர ஓய்வு இரண்டும் எப்போதுமில்லை. எனினும், அவள் பணியை உணராத உள்ளங்களும் உண்டு. தாயின் சேவைகளை உணர்ந்தவர்கள் வெளியே கடவுளைத் தேடத் தேவையில்லை என்கிறார் மதச் சார்பற்ற ஒரு அறிஞர்.

"ஈரைந்து மாதங்கள் என்னை நீ சுமந்தாய் அன்னையே,
இன்றைக்கும் உன் மடிதான் சொர்க்கம் இம்மனுலகிலே!
உன் உயிரை ஊணாக்கி ஊட்டி என் உடலை வளர்த்தாய்,
உலகையே தந்தாலும் உன் அன்பிற்கு அது ஈடாகுமோ!
நடை பயில, நல்லவை நான் அறிய கற்றுக் கொடுத்தாய்,
நானிந்த உலகிலே நல் மனிதனாய் வாழ வழியமைத்தாய்!" (கலாநேசன். உணவு உலகம் வலைத்தளம்)

"நடைமுறை வாழ்க்கையில் மதச்சார்பற்ற தேடல் உணர்வுள்ள மனிதனின் தனிமனித அனுபவங்கள் உன்னதச் சலனங்களை ஏற்படுத்துவதன் மூலம் வாழ்க்கை மதிப்பீடாக மாறும்; பொது அனுபவமாக உயரும்"" என்கிறார் தரும. சிவராமு. மதச் சார்பற்றவர்களின் மனதிலும் தாயின் வாழ்க்கை குறித்த பதிவுகள் நிச்சயம் சலனத்தை ஏற்படுத்தும். தாய் என்னும்கடவுளைக் கண்ணில் கண்டால் நம்பாதவரும் உண்டோ?

5

ஆனந்தம் விளையாடும் வீடு

செங்கல், சிமெண்ட், கல் எனக் கட்டிடங்கள் கட்டப்பட்டாலும், அதன் தோற்றம், முகப்பு சிறப்பாக இருந்தாலும் அந்த வீட்டை வீடாக்-குவது அங்கு வாழும் பெண்களே. அவ்வகையில், மருத்துவக் கவிஞர், 'அன்பான தன் தாயின் முகத்தோற்றத்தாலே தான் தன் வீடு வீடாக உள்ளது' என்கிறார்.

ஒரு பிள்ளை தாயிடம் பொறாமைப் படக்கூடியவை என்று ஏதாவது இருக்கிறதா ?

"இல்லத்தில் அம்மாதான் ராணி !

ஆயினும்

எல்லோருக்கும் அவள் சேவகி !

வீட்டுக் கோட்டைக்குள்

அத்தனை ஆண்களும் ராஜா !

அம்மாதான் வேலைக்காரி !

அனைவருக்கும் பணிவிடை செய்து

படுத்துறங்க மணி

பத்தாகி விடும் !

நித்தமும்

பின்தூங்குவாள் இரவில் !

சேவல் கூவ

முன்னெழுவாள் தினமும் !

அம்மாவைத் தேடாத

ஆத்மாவே இல்லை வீட்டில் !

அம்மா இல்லா விட்டால்

கடிகாரத்தின் முட்கள்

நின்று விடும் !

எந்தப் பிள்ளைக்கும் அவள்

பந்தத் தாய் !

பால் கொடுப்பாள்
பாப்பாவுக்கு !
முதுகு தேய்ப்பாள்
அப்பாவுக்கு !
சமையல் அறைதான்
அவளது ஆலயம் !
இனிதாய் உணவு சமைத்துப்
பரிமாறி
எனக்கு மட்டும் வாயில்
ஊட்டுவாள் !
    வேலையில் மூழ்கி
வேர்வையில் குளிப்பாள் !
எப்போ தாவது அடி வாங்குவாள்
அப்பாவிடம் !
தப்பாது மிதி வாங்குவாள்
மூத்த தமயனிடம் !
காசு கேட்டுக்
கையை முறிப்பான்
கடைசித் தம்பி !
கடன்காரன் வாசலில் திட்டுவான் !
கலங்கும்
கண்ணீரைத் துடைப்பது
கனலும் காற்றும் !
    இல்லத் தரசி தாரமாய்
வந்த பிறகு,
செல்லத் தாய் வேண்டாத
தொல்லைப் பிறவி !
தாயிக்கும் தந்தைக்கும்
சேய்கள் தரும்
ஆயுள் தண்டனை
ஓய்ந்தோர் இல்லம் தான் !
ஓய்வைக் கொடுப்பது
தாயிக்கு
நோயும் வலியும்;
    ஆயினும் சோறு பொங்கும்
அடுப்பினில் !
ஆயுளை நீடிக்க வைப்பது
தாயுள்ளம் !
வாழும் போது எவராலும்
வணங்கப் படாது,
செத்த பிறகு
தெய்வ மாகிறாள்." - சி. ஜெயபாரதன், கனடா

'தாயின் பொறுமை கண்டு பொறாமை கொள்ளலாம். எல்லையற்ற அன்பின் காரணமாகத் தன் பிள்ளைகள் செய்யும் குறும்புகளைக் கூடப் பொறுமையுடன் சகித்துத் திருத்தும் தாயின் பொறுமை வேறு எந்த உறவுகளிடமும் காண முடியாத ஒன்று. தாயிடம் கோபப்படக்கூடிய சங்கதி ஏதாவது உண்டா?

எல்லையற்ற அன்பு கொண்டு பொறுமையுடன் தன் புதல்வர்களைத் திருத்தும் தாயிடம் பிறரைக் கோப்பட வைக்கும் குணம் என்று ஏதாவது உண்டா என்றால், இளம் பிள்ளைகளிருக்க, ஏதாவது உடனடி வேலை என்றவுடன், வேலை செய்ய வேகமாக எழுந்து தள்ளாத வயதில், சிறுபிள்ளை போல் ஓடிவருவது கண்டு கோபப்படலாம்.

தாயிடம் வியப்பதற்கென்று ஏதாவது இருக்கிறதா?

தாயின் விட்டுக் கொடுக்கும் குணத்தையும், அந்தக் குணத்தை என்றுமே விட்டுக் கொடுக்காத குணத்தையும் கண்டு தான் வியந்து போகலாம்.

இயல்பான வாழ்க்கையின் உண்மைகளை வெளிக் காட்டுவதன் மூலம் மனிதன் தன்னை அடையாளம் கண்டு கொள்ள இயலும்.

பெரும்பாலான கவிஞர்கள் வாழ்க்கைச் சூழல்களில் நடைபெறும் சம்பவங்களையே வெளியிடுகின்றனர்.

தாய்க்கும் பிள்ளைகளுக்குமான உறவென்னும் சிறிய உலகத்தை பல கவிதைகள் படம் பிடித்துள்ளன. கவிதைக்குத் தன்னேரில்லாத் தலை-வர்கள்தான் பாடுபொருளாக வரவேண்டும் என்பது இன்றைய வாழ்க்கைச் சூழலில் அடிபட்டுப் போகிறது. சாதாரண மனிதனின் வாழ்க்கையில் நேரும் உன்னத உணர்வுகளை வெளிக் காட்டுவதே சிறப்பானதாகும். இவர்களுடைய கவிதைகளை ஒதுக்கிவிட முடியாது. தன்னை அறியா-தவன்கூட உண்டு. தாயறியாதவன் உண்டா? தாயின் அன்பை இல்லையென்பவன் உண்டா?

தாயை தெய்வமாக வணங்கும் மரபு தொன்று தொட்டே மனித இனத்திடம் உண்டு. பிள்ளைகள் தன்னைப் போற்ற வேண்டும், தெய்வமாக வணங்க வேண்டும் என்று நினைத்து எதிர்பார்த்து எந்தத் தாயும் தன் பணியைச் செய்வதில்லை. பிள்ளைகளில் வெற்றிகளின் பின்னால் எங்கோ ஒரிடத்தில் இன்னும் ஒன்றும் அறியாதவள் போலவே ஒவ்வொரு தாயும் நின்று கொண்டிருக்கிறாள் என்கிறார். அத்தகைய தாயை போற்றிப் பாடும் கவிதைக்கு நிகர் எந்தக் கவிதையும் இல்லை என்று உறுதியுடன் கூறலாம். ஓர் இல்லத்தின் முதுகெலும்பு . குடும்பத்தின் குதூகலம் என்றுமே தாய் அன்றோ.

"கற்பனையாய் நிலநிறை கடவுளர் பலரிருக்க

கனிந்துருகி நிதந்தோறும் கரங்கூப்பி நான்வணங்க

கண்விழித்து நான்கண்ட முதற் கடவுள்

கலையாமல் நிலைகொண்டாள் முழுதாய் என்னுள்!

முகவரி தந்தவளுக்கின்று முகம்முழுதும் வரிகள்!

முதிர்வு கண்டளுக்கின்று முப்பொழுதும் வலிகள்!

மூப்பவளை மிரட்டினாலும் மிரளாத மகனுணர்வு

முடிவவளை துரத்தினாலும் மறையாத மெய்யுணர்வு"(இரவிக்குமார். பணிப்பூக்கள் வலைத்தளம்

வானம் செய்யும் தானம் விருது கருதியா! சூரியன் செய்யும் காரியம் விருது கருதியா, திருப்பித்தருவாய் என்றா, நிலவு தன்னைச் செலவு செய்கிறது. யாரும் பாராட்டவா, ஆறும் நம்மை நீராட்டுகிறது. அது போலவே தாயும் பிள்ளைகளிடமிருந்து எதையும் எதிர்பார்ப்பதில்லை. ஆனால், நல்ல மனிதர்களின் உள்ளமென்னும் அரியாசனத்தில் தாயும் அமர்ந்திருப்பாள்.

எத்தனை வயதானாலும் தன் பிள்ளையை இன்னும் சின்னக்குழந்தையாய் எண்ணி இடித்துக் கொள்ளாதே. அங்கே இடித்துக் கொள்ளாதே. இங்கே இடித்துக்கொள்ளாதே என எச்சரிக்கை மொழிகளை உச்சரிக்கத் தவறமாட்டாள். தன் மகனுக்கு எவ்வளவு வயதானாலும் தாய்க்கு மகன் தானே. ஊருக்கே அரசன் ஆனாலும், அவனும் தாய்க்கு மகன்தானே.

சிறு குழந்தைகள் இருக்கும் வீட்டில் தண்ணீர் சிந்தியிருந்தால், உடனே அவற்றை மிதியடிகள் இட்டு குழந்தை வழுக்கி விழுந்து விடுமோ எனத் தாய் பதைபதைத்துத் துடைப்பாள்.

முதியவர்கள் வாழ்வில் தான் பெற்ற அனுபவங்களைத் தம் பிள்ளைகளுக்கு விட்டுச் செல்கின்றனர். அவையே வீட்டுப் பெருமையையும், குலப் பெருமையையும், நாட்டுப் பெருமையையும் காத்து நிற்கின்றன. அந்த அனுபவங்களே அறிவுரைகளாக மாறுகின்றன. இளமையில் கைரேகை தேயவேலை செய்தாலும், முதுமையில் கால்ரேகை தேய வேலை செய்தாலும், சும்மா வீட்டில் அமர்ந்து சுவையாகச் சாப்பிட்டால் அது விஷம் என்று சொல்லி மேலும் பணி செய்யவே

பரபரப்பாய் இயங்கும் முதியவர்களே, எதிர்காலச் சமுதாயத்திற்கு வாழும் புத்தகங்கள் ஆவார்.

அது மட்டுமா? இன்றைய நிலையில் கணவன், மனைவி இருவரும் பணிபுரிய சூழலில் குடும்பத்தில் சிறுசிறு சலனங்கள் ஏற்படத்தான் செய்யும். அன்றாடம் பிரச்சனைகளின் நெருக்குதலில் தான் குடும்பம் இயங்குகிறது. இன்றைய வாழ்வில் குழந்தைகள், பெற்றோர்கள், கணவன், மனைவி, ஆண்கள், பெண்கள் என்று அவரவர்களுக்கெனத் தனியாகவும், பொதுவாகவும் ஏதாவது சிக்கல்கள் இருந்து கொண்-டேதான் இருக்கின்றன. இதுபோன்ற சூழலில் இல்லத்தில் அனுபவம் சான்ற ஒரு முதியவர் இருந்தால், அவர்கள் மிக எளிதாகச் சிக்கலை உணர்ந்து பற்றி எரிவதற்குள் ஊதி அணைத்து விடுவர்.

எந்தத் தாயும் தன் பிள்ளைகளுக்குள் குடும்பத்தில் ஏற்படும் சிக்கல்களின்போது தலையிட்டு எச்சிக்கலையும் பெரிதாவதற்குள் அதை ஒன்றுமில்லாமல் செய்து விடுவதை அன்றாட வாழ்வில் காண்கிறோம். வீடு என்றால் குணப் பிரச்சனை, மனப் பிரச்சனை, பணப் பிரச்சனை, எந்தப் பிரச்சனைத் தீ கொழுந்து விட்டாலும், தீயணைப்புப் படையாய் வந்து தீயின் தாகத்தை தீர்த்துவிடுபவள் தாயாகவே இருப்பாள்.

இன்று இப்படிப்பட்ட அனுபவம் சான்ற அக்கறையுள்ள முதியவர்களையெல்லாம் முதியோர் இல்லத்தில் தள்ளி வைத்துவிட்டு, சிறிய சிக்கல் என்றாலே கோர்ட், விவாகரத்து என்று தனித்தனியாய் நிற்கும் அவலத்தை மிகச் சாதாரணமாகப் பார்க்க முடிகிறது.

6

தாயின் மனம்

"குழந்தை திக்கிப் பேசிவதை தாய் கன்னல் மொழியென்பாள்.
தத்தி நடந்ததைப் பார்த்தே ராஜநடை யென்பாள்.
குழந்தைகளின் பொய்ப்பற்களை மெய்யான முத்தென்பாள்"

இதனால் தான் ஒரு கவிஞர் தன் தாயைப் பார்த்து இவ்வாறு கூறுகிறார்.

"தாயே உண்மையில் நீ
வித்தியாசமாகவே
ரசித்திருக்கின்றாய்
நான் சிரித்தபோது சிரித்தாய்
அழுதபோது துடித்தாய்
என்றும் நீ
எனக்காகவே வாழ்ந்தாய்" (கவிஞர் எஸ்.எம்.எம்.நசீர்-ஆவதறிவது" கவிதை நூல்)

குழந்தை ஒல்லியோ, குண்டோ, அழகோ, அசடோ, கறுப்போ, வெள்ளையோ அதுவெல்லாம் தாய்க்கு ஒருபொருட்டேயில்லை. பிள்-ளைகளிடம் தாயின் மனம் இதுபோன்ற விசயங்களாகக் குறை காணாதது. எப்படி இருந்தாலும் தாய்க்குத் தன் பிள்ளை பொன் குஞ்சுதான். அவளைத் தவிர வேறு யாராலும் இப்படிச் சிந்திக்க முடியாது.

"உப்பிய கன்னங்களோடு
ஒழுகும் எச்சியோடு
சப்பை போக்கோடு
தொப்பை வயிற்றோடு. . .
பரிதாபமாகப் பார்க்கிற
பார்வையோடு
நான் இருந்தபோது
உன் இடுப்பைவிட்டு

இறங்காது
இருந்த நாட்கள்
ஏதோ நாட்கள்
ஏதோ கொஞ்சம் ஞாபகத்தில்
இருக்கத்தான் செய்கிறது." என்று ராம் கமால் குறிப்பிடுகிறார்.

அதுபோல் தன் தாய் எப்படியிருந்தாலும், அவளைப் போற்றிப் பாதுகாக்கிற பொறுப்பு அவள் பெற்ற மக்களுக்குரியது. உலகிலேயே மிகப்பெரிய பாவம் தாயை அவமதிப்பதும், அவளைப் புறக்கணிப்பதும் ஆகும்.

'பெற்ற மக்கள் இருந்தும் எந்தத்தாய் துக்கத்தில் மூழ்கி இருக்கிறாளோ, அவள் பெற்ற மக்கள் எவ்வளவு சிறப்புடன் வாழ்ந்தாலும் அவர்கள் வாழும் வாழ்க்கை வீண். மேலும், எந்தப் பிள்ளை தாயிடம் பாசத்துடனும், பக்தியுடனும் அவளைப் பாதுகாத்துப் போற்றுகிறானோ அவனு-டைய பாவங்கள் அனைத்தும் நீங்கி, மறுவாழ்விலும் நன்மை பெறுகிறான் என்கிறது மகாபாரதம். தாய் ஊருக்குச் சிலகாலம் சென்றாலே வீடு உயிரற்ற வீடாய்த் தோன்றிவிடுவதை உணர்ந்தவர்கள் அறிவார்கள்.

7

தாயின் சேவை

தாயின் அன்பு, தூய அன்பு, விளம்பரம் எதிர்பார்க்காத அன்பு, பாராட்டு எதிர்பார்க்காத அன்பு..

தாயின் பணிவிடையை ஒரு கவிஞர் இவ்வாறு கூறுகிறார்.

"என் சிறுகுழந்தைப் பருவத்தில் கழித்த சிறுநீரிலே நான் கைதட்டி விளையாடியபோது சிறிதேனும் அலுக்காமல் அடுத்தடுத்து இடத்தையும் என்னையும் சுத்தமாக்கி துடைத்த ஆப்பிளைப் போல்
மாற்றிடுவாய் "

துயரத்தில் தோள் கொடுப்பவன் நண்பன், துயரப்படுபவர் ஊரார், கண்ணீரைக் துடைப்பவள் மனைவி, உயிரையே கொடுக்க முன் வருபவள் தான் தாய். அப்படிப்பட்ட பண்புடைய தாய் தன் உடல் பொருள் ஆவி அனைத்தையும் தன் மக்களின் உயர்விற்காக அர்ப்பணிப்பவள். ஆனால், அதைச் சொல்லிக் காட்டத் தெரியாதவள்தான் ஒரு தாய்.

தாயின் பணியைப் பெரும்பாலும் மக்கள் மதிப்பதும் இல்லை. அதை உணர்வதும் இல்லை. அற்பமாகக் கூடக் கருதும் நிலை உள்ளது. குழந்தை வளர்ப்பைக் கூடப் பெரிதாகக் கருதுபவர்களும் உண்டு.

ஆனால், இன்றைய நிலை சற்று மாறியுள்ளது என்பதற்கு இக்கவிதை உதாரணம்.

"அழகானதும், விசாலமானதும் ஆன
பொருள் உண்டென்றேல்,
தாய்மாரே
அது நிச்சயம் உங்கள் சேலை தான்.
மல்லாக்காக
படுத்துக்கொண்டே
உங்கள் சேலயில் உள்ள
வட்டங்களையும் சதுரங்களையும்,
கோணங்களையும் ஆகாயத்தை விடவும் கோடுகளையும்,
புள்ளிகளையும் பூக்களையும்,
பட்சிகளையும் பறவைகளையும்,

கிறுக்கல்களையும் கீறல்களையும்,
பார்த்துப்பார்த்து
தொட்டுப்பேசி,
பல ஆயிரம் குழந்தைகள்
சித்திரமும் கணிதமும்
கற்றிருக்கிறார்கள்''(அ.ஈழம் சேகுவேரா.வெப்துனியா)
உயர் பண்புடையவர்களின் பண்புகளை மூன்று குணங்களைக் கொண்டு மதிப்பிடலாம்.

1. தனக்கென வாழாது பிறர்க்கென வாழ்வது.

2. அமுதம் கிடைத்தாலும் பிறருடன் பகிர்ந்து உண்பது.

3. வாழ்க்கையில் வெறுப்பில்லாமல் தாம் மேற்கொண்ட வேலைகளைச் செய்து முடிப்பது.

விருந்திடுவது ஒரு கலை. மோப்பக் குழையும் அனிச்சம் முகம் குலையும் விருந்து என்பார் வள்ளுவர். விருந்தினர்களை முகமலர்ச்சியோடு வரவேற்பதே விருந்தின் முதல்படியாகும்.

    ''என்னுள் உயிர் துடிக்குமொரு
சொப்பனம் கண்டேன்...
பால் சுரக்கையில் குறுகுறுக்கும்
மார்பெனதாய் இருந்து
தேகம் முழுதும் பூரித்திருந்ததப்போது;
யான் எனதெண்ணிக் கொள்ளும்
மமதை அழிந்து இன்னொரு
உயிர் சுமக்கும் பெருமிதத்தில்
வீங்கிப் பெருத்திருந்ததென் வயிறப்போது...
பசி இரண்டென்றெண்ணி
நிறைய உண்டேன்;
தாகமிரண்டென்றெண்ணி அதிகம் குடித்தேன்....
தனிமையிலிருந்த போது
அதை தவமாய் கருதி
கண்மணி என் உயிரோடு வயிறுதடவி
பேசிச் சொக்கிக் கொண்டிருக்கையில்
பாவியென் சொப்பனம் கலைந்ததென்ன...?
இப்பிறவியிலொரு ஆணாய் என்னை
மீண்டும் நிலைக்கும் படி ஊழ்வினையென்னைச்
சபித்துச் சென்றதென்ன...?
எப்பிறப்பில் இனி நான் பெண்ணாவேன்...?
என்னுளிருந்தென் சிசு உதைக்கும் சுகமறிவேன்...?
கனவாகிப் போன என் கனவாவது
வாய்க்குமா மீண்டுமொரு முறை இனியென்றெண்ணி
ஏக்கத்தில் ஊர்ந்து கொண்டிருக்கிறேன்
இவ்வரிகளினூடே............. (தேவா சுப்பையா எழுத்து.காம்.)

    ஒரு குழந்தை நன்றாக வளர்வதற்குத் தாயின் அன்பு தான் அடிப்படை. மனநலம் சம்பந்தமாக உலகச் சுகாதார அமைப்புத்திட்டம் வெளி-யிட்டிருக்கும் நூலில், ''''தாயால் கைவிடப்பட்ட குழந்தைகளும், தாயிடமிருந்து பிரிக்கப்பட்ட குழந்தைகளும் சந்தோசமில்லாதவர்களாக, இப்படி எல்லா நிலைகளிலும் குழந்தையை அனுசரித்து, குழந்தையைக் கவனித்து, குழந்தைக்காகவே வாழும் தாயில்லையேல் குழந்தையின் நிலை எதற்கும் பயந்து நடுங்குவதாகவே அமையும்.

''அன்பிற் சிறந்த அமுதமென்றும் ஆனந்த
    இன்பிற் பிறந்த இசையென்றும் — என்னுள்ளம்
    தன்னில் கரைந்து தவழ்ந்தாடத் தாயேநீ
    என்னில் மலர்ந்த இறை!'' (கவிஞர். அருணா செல்வம்)
    'நான் சிதிலமடையும் போதெல்லாம்
என்னைச்

சீர்திருத்திச் செப்பனிடும்
கரம் நீ '(ப-8) (ராம்கமால்)

மனக் கலக்கம் கொண்ட நேரங்களில், தாயின் ஆறுதல் தரும் சொற்கள் குறித்து பொன்னில் வைரம் பதிப்பதுபோலே பிள்ளைகளின் மனதில் பதியும். உலகத்திலுள்ள ஒவ்வொரு பிள்ளையும் உலகத்தில் உள்ள அத்தனை பேரின் அன்பையும் விட உயர்ந்ததாகக் கருதுவது தாயின் அன்பைதான். இக்கவிஞர்களும் விதிவிலக்கில்லை.

தன் பிள்ளைகளை மட்டுமில்லாமல், அவர்களின் பிள்ளைகளையும் வளர்க்க வேண்டிய சூழலில் இன்றைய முதியவர்கள் இருக்கிறார்கள். கணவன் மனைவி இருவரும் பணிபுரிய வேண்டிய சூழலில் குழந்தைகள் வீட்டிலுள்ள பாட்டியையே அன்பிற்காக நாடுகின்றன.

பேரப் பிள்ளைகளையும் வளர்க்க வேண்டிய சூழலில் தாய் உள்ளாள்.

வயதான பின்னும் ஒரு தாயின் பணிகள் ஓய்வதில்லை. ஒரு தாய்க்கு எப்போதும் ஓய்வில்லை. பிள்ளைகள், பிள்ளைகளின் பிள்ளைகள் என ஒரு தாயின் பணி தொடர்ந்து கொண்டே இருக்கும்.

பெற்றோரைத் தன் இல்லத்தில் வைத்து அன்போடு பராமரிக்க வேண்டியது. பிள்ளைகளின் கடமை. தாய் தந்தையர் தன்மீது காட்டிய பாசத்தைத் திரும்ப அவர்களின் முதுமை காலத்தில் பிள்ளைகள் செலுத்த வேண்டும்.

பெற்றோர் மகனிடம் செலுத் தும் பாசம் உணர்வுபூர்வமானது. ஆழமானது. மகன் பெற்றோரிடம் செலுத்தும் பாசம் அறிவுபூர்வமானது. உணர்ச்சியால் எழுகிற பாசம் தன்னிச்சையானது. அறிவால் எழுகிற பாசம் கடமை உணர்வுடையது. பெற்றோரைப் பிள்ளைகள் புறக்கணித்தல் நாளை தங்களுக்கும் இதே நிலைமைதான் என்பதை நினைத்துப் பார்த்தாலே கடமையின் முக்கியத்துவம் புரிந்துவிடும். படிப்பதற்காகப் பிள்-ளையை அனுப்பும் தாயின் கண்ணீரிலுள்ள பாசத்தைப் புரிந்து கொண்ட பிள்ளை ஒருபோதும் கடமை தவறாது என்பதை வாழ்ந்த பிள்ளை-களின் வாழ்க்கை காட்டுகிறது.

"கண்ணில் பார்க்கும்
கதிரவன் ஒளியில்
ஏழு நிறங்கள்
அடக்கம் போல் . . . . . (ப-96)
ஈரைந்து மாதம்
கருப்பையில்
வாழ் முழுதும்
உன் மனதில்...
அறியா வயதில்
தெரியாமல் செய்த பிழை....
வாலிப வயதில்
தெரிந்து செய்த தவறு
இரண்டும் பொறுத்தாய்...
பள்ளி செல்லும் வயதில்
உனை வீட்டு நீங்கியதில்லை..
இன்று உனை கண்டே ஆகியது
மாதங்கள் பல..
உனை நினைக்க ஒரு தினம்
தேவை இல்லை - மறந்தால்
தானே நினைக்க !!!"(கவிஞர் எல்.கே. கவிச்சோலை வலைத்தளம்)

அன்பு நீரைப் போன்றது. நீரை எந்தக் குவளையில் ஊற்றுகிறோமோ அந்த வடிவத்தைப் பெறும். நம்மைத் தாங்கும் நிலத்தை விடத் தாய் பெரியவள். தாயை விட எதுவும் பெரிதில்லை. ஆயுள் முழுவதும் குடிக்கும் குடிநீரைப் போன்று மிக அவசியமானவள். எனவே தான் தாயை பூமியோடும், நீரோடும் ஒப்பிடுகின்றனர் கவிஞர்கள்.

8

உறவுகள்

உறவுகள்... இதில்தான் எத்தனை வகை..?

தாய், தந்தை, தாத்தா,பாட்டி, கணவன், மனைவி, மகன், மகள் போன்ற குடும்ப உறவுகள்; வெளியே நண்பர்கள் எனச் சமூக உறவுகள்... நம் வாழ்க்கைத் தரத்தை தீர்மானிப்பதில், உறவுகள் பெரும் பங்கு வகிக்கின்றன. உண்மையில் ஒருவருக்கு உதவிகள் தேவைப்படும் போதுதான் உறவுகளின் ஞாபகம் வருகிறது.

வீட்டிற்கு வரும் உறவினர்கள், நண்பர்கள், எந்த நேரத்தில் வந்தாலும் வரவேற்று உபசரிக்கும் நற்குணமும், கணவரின் உள்ளமறிந்து உறுதுணையாக நடந்த நேர்த்தியும், பிள்ளைகளுக்கு மட்டுமில்லாமல் மருமகளுக்கும், பேத்திகளுக்கும் கூடப் பிடித்த உணவைப் பார்த்துப் பார்த்து அமைத்த பாசமும், அக்கம் பக்கத்தில் உள்ளவர்கள் கூடப் பார்த்து வியக்கும் நற்குணமும் வாய்ந்தவராக, வறுமையுற்ற காலத்தில் கூடச் செம்மாந்து உயர்ந்து நின்றவராகத் தாய்மார்கள் திகழ்கிறார்கள்.

தற்காலத் தற்கொண்டான் பேணித் தகைசான்ற

சொற்காத்துச் சோர்வும்இலாள் பெண்

உடலாலும் உள்ளத்தாலும் தன்னைக்காத்து, தன் கணவனின் நலன்களில் கவனம் செலுத்தி, குடும்பத்திற்கு நலம் தரும் புகழைக் காத்து, அறத்தைக் கடைப்பிடிப்பதில் சேர்வடையாமல் இருப்பவளே பெண் என்ற கூற்றிற்கு இலக்கணமாய்த் திகழ்ந்து வருபவர்.

"என் இனிய தாயே

என்னைச் சரித்திரமாக்க

சரிந்த உன் சரிதையை

எனது குருத்துக்களும்

நெஞ்சில் சுமக்கும்"

(எஸ்.எம்.எம்.பஷீர் மூலம் ; "ஆவதறிவது" கவிதை நூல்) அக்கம் பக்கத்தில் உழைப்பவர்கள் போற்றும் குணம் படைத்தவராகத் தாய் திகழ்ந்திருக்கிறார். நம் வீட்டில் வேலை செய்யும் நபர்கள் கூட, தன் மீது ஒருவர் அதிகாரம் செலுத்துவதை விரும்புவதில்லை. அதனால் அவர்களையும் நமக்குச் சமமாக, நம்மில் ஒருவராக எண்ணிப் பழகினால் எதிர்பார்த்ததற்கு மேல் பலன்கள் கிட்டும் என்பதைப் பிறருக்கு உணர்த்தும் வகையில் தாய் வாழ்ந்து காட்டுகிறார்.

பொதுவாகக் குழந்தைகளுக்குப் பாட்டு பிடிக்கும். அம்மா சிறுவயது முதலே தன்னைச் சிறந்த பாடகி போல் பாவித்துக் கொண்டு குழந்தைகளிடம் பாட வேண்டும் என்று மனோதத்துவ நிபுணர்கள் கூறுகிறார்கள். தாயின் பாட்டை யார் ரசிக்கிறார்களோ இல்லயோ அவளுடைய குழந்தை ரசிக்கும். பாட்டில் அர்த்தம் தேவையில்லை. ஒருவித ராகம் இருந்தாலே போதுமானது. இங்குக் கவிஞர் தன் பிள்ளைகளே

தோளுக்கு அருகில் வளர்ந்துவிட்ட நிலையிலும் தாயின் பாட்டை இரசிக்கிறார். தாயின் பாட்டில் பெரிய இரகசியம் இல்லை. மந்திரம் இல்லை. அதற்கப்பால் தாய்க்கும்-பிள்ளைகளுக்கும் இடையில் பல புரிதல்கள் உள்ளன.

எனவேதான், தந்தையைக் காட்டிலும் தாய்க்குப் பெருமை அதிகம். மகன் சந்நியாசம் வாங்கி அனைத்து உறவுகளையும் உதறிவிட்டாலும் கூட, அவன் வணங்கத் தக்க ஒரே உறவு தாய்தான் என்பது பட்டினத்துப் பிள்ளையின் வாழ்க்கை கூறும் வரலாறு. எனவே தான் தாயைப் பற்றிய கவிதைகள் அனைத்தும் உயர்ந்த இடம் பெறுகின்றன.

"நூற்றுக்கணக்கான கவிதை
நூற்று எடுத்தாலும்
உன்னைப் போற்றும் கவிதைக்கு
ஈடேதும் உண்டோ!
இதை மாற்றவும் இனிவுலகில்
யாரேனும் உண்டோ!"என்கிறார் ஒரு கவிஞர்.

ஒரு சில வரிகளேயானாலும் அஃது ஒருவரின் மனதில் ஏற்படுத்தும் பாதிப்பை வருணிக்க இயலாது. ஒவ்வொரு சொற்களுக்குள்ளும் உணர்ச்சிகள் பொதிந்திருப்பதை உணர முடிகிறது. உலகிலுள்ள ஒவ்வொன்றும் ஒன்றைறொன்றை எதிர்பார்த்தே விரும்புன்றது. ஆனால் எதிர்-பார்ப்பில்லாத அன்பு தாயன்பு ஒன்றுதான். தான் பெற்ற மக்கள் தன்னை வெறுத்தாலும், கோபமாகப் பேசினாலும் அன்பினாலே அதை-யெல்லாம் வென்றிடும் பக்குவம் தாயிடம்தான் உள்ளது. தனது குழந்தைகளின் ஒவ்வொரு வளர்ச்சியிலும் முன்னேற்றம் காண்பவள். 'வாடிய பயிரைக் கண்டபோதெல்லாம் வாடினேன்' என்ற இராமலிங்க அடிகளார் பாடல் வரிகளைப் போல நமது ஒவ்வொரு துன்பத்தின் போதும் முதலில் கண்ணீர் சிந்துபவள். அவள் உள்ளுணர்வால் உந்தப் பெற்ற உயர் தத்துவஞானி. தாய்தான் அனைத்திற்கும் மூலாதாரம். ஆணிவேர். யார் இல்லையெனில் இந்த உலகிற்கு வந்திருக்க முடியாதோ, யார் நம் வாழ்வின் அனைத்து நலங்களையும் துவக்கி வைக்கிறாரோ அவரே தாய்.

9

தாய்க்கான இடம்

மனைவி வந்தபின் தாயின் இடம் மனைவிக்குக் கொடுக்கப்படுமா என்றால் இதற்குக் கண்ணதாசன் ஒரருமையான விளக்கம் தருகிறார். ""நான் என் தாயை வணங்குகிறேன். எனது வாழ்க்கைக்கு மனைவி ஒருத்தி துணையாக வந்து இருப்பாளேயானால் நான் வணங்குகின்ற என் தாயை அவளும் வணங்கியாக வேண்டும். என் தாய் என்பவள் குடும்பத்தின் இராணி. அந்த இராணிக்குத் தோழி தான் என் மனைவி. அந்த மனைவி அந்த மனைவி என்பவள் இராணி அந்தஸ்தை ஒருபோதும் பெற முடியாது. அவளுக்கு வருகின்ற மருமகளுக்கு வேண்டுமானால் அவள் இராணியாக இருக்கலாமே தவிர என் தாய்க்கு கிடையாது" என்கிறார். முதியோரின் அறிவு மற்றும் வழிகாட்டி, இன்றைய தலைமு-றையினருக்கு அவசியம். அவர்களைச் சுமையாகக் கருதாமல், வரமாகக் கருதுங்கள் என்கிறார் மறைமுகமாக. "குடும்பத்தில் நீ அமுதநதியாக
ஓடிக்கொண்டிருப்பதால்
அமிலத்துளிகள் விழுந்தாலும்
அடுத்தக் கணமே காணாமல் போகும்!
காரமான வார்த்தைகள் வீட்டுக்குள் தூறினாலும்
உன்
ஈர வார்த்தைகளில்
குளிர்ந்து விடுகின்றன"(ப-69)

அனுபவத்தின் முதிர்வு குடும்பத்தைச் சரியான நிலைக்குத் திரும்பக் கொண்டு வந்து சரியான நிலைக்குத் திரும்பக் கொண்டு வந்து விடுகிறது என்பதைக் கவிஞர் மிக அழகாகப் பதிவு செய்துள்ளார். குடும்ப உறவுமுறைகளில் ஒவ்வொருவருக்குள்ளும் இடையே அன்பு என்னும் பிணைப்பு தேவை. இந்தப் பிணைப்பு வலுப்படக் காரணமாக இருப்பவர்கள் முதியவர்களே. படித்த கையோடு மணவாழ்க்கை, அலுவலகப் பணியின் சுமையோடு இல்லற வாழ்க்கை என இன்றைய கணவன்-மனைவியர் வாழ்க்கையைத் தொலைத்து வருகின்றனர். இல்லறத்தின் நெறிவு சுளிவு புரிவதில்லை. விட்டுக்கொடுத்தல், மன்னித்தல், மன்னிப்பு கேட்டல், உறவுகளின் அருமை, குடும்ப மேன்மை, சமுதாய மதிப்பு போன்றவற்றைப் பற்றிச் சிந்திக்கவோ, அதை அடுத்தத் தலைமுறைகளுக்குப் புரியவைக்கவோ நேரமில்லாமல் ஓடிக்கொண்டே வாழ்வதாக நினைத்து வாழ்கின்றனர்.

அவர்களுக்கே வாழ்க்கை பற்றித் தெரியாதபோது குழந்தைகளுக்கு எப்படிக் கற்றுக் கொடுக்க முடியும்? இந்நிலையில் முதியோரின் அறிவு மற்றும் வழிகாட்டுதல் இளைய தலைமுறையினருக்கு அவசியம். வாழ்வைக் கற்றுக் கொடுக்கும் முதியவர்கள் சுமையாகக் கருதாமல், வரமாகக் கருத வேண்டும். குடும்பத்தில் பெற்றோர் முதியவர்களை அரவணைத்துப் போற்றிப் பாதுகாக்கும் பொழுது, அதைப் பார்க்கும் குழந்தைகளும் அவர்களிடத்தில் மதிப்பு கொள்வர். உயர்ந்த பண்புகளைப் பெறுவர். கூட்டுக் குடும்பம் உறவுகளை மென்மை படுத்தும் என்ற கருத்து இங்குச் சுட்டப்படுகிறது.

குடும்ப உறவுகள் வலுப்படுவது பெண்களின் கையில்தான் இருக்கிறது என்றாலும், அதில் ஆண்களின் பங்கு எதுவுமே இல்லை என்று சொல்வதற்கில்லை. உறவுகள் நீட்டிப்பதும் வெட்டுப்படுவதும் அவரவர் வளர்ந்த விதம், வாழும் சூழல், தேவைகள், சூழ்ந்துள்ள மற்ற உறவு-களின் இயல்பு போன்ற பல காரணிகளைப் பொறுத்தே அமைகிறது. அனைத்து உறவுகளையும் அனுசரித்தும் அன்பு செலுத்தியும் வாழும் பெரியவர்கள் உள்ள குடும்பத்தைச் சார்ந்த குழந்தைகளுக்கு உறவுகளின் உன்னதம் பற்றி யாரும் எடுத்துச் சொல்லவேண்டிய அவசியமேற்ப-டுவதில்லை.

பிள்ளைகள் நல்ல வசதியோடிருந்தும், வயதான பெற்றோரை சுமையாகக் கருதி முதியோர் இல்லங்களில் சேர்க்கும் கொடுமை நிகழ்ந்து வரும் இவ்வேளையில் கவிஞர் அவர்களின் 'அன்னை எனும் பூங்காற்று' முதியோர் இல்லாமல் பெருகாமலிருக்க வழி வகைகளைக் கூறிச் செல்கிறது. கவிதையில் மட்டுமின்றி அன்னையை வணங்கி அந்தப் பண்பை தன் பிள்ளைகளிடமும் கொண்டு செல்லும் உயர்ந்த நோக்கமு-டையவராகத் திகழ்கிறார்.

அதிலும் மனைவி இழந்த முதியவரோ, கணவனை இழந்த முதிய பெண்மணிக்கோ, உறவினரிடம் மதிப்பு குறைந்து போய்விட்டதாகத் தோன்றி மனதை அழுத்தும். உடல் தளர்வோடு, உள்ளமும் தளர்ந்து போய்விடும். உழைத்த நாட்களை அசைபோட்டு தன் மதிப்பை நிலைநிறுத்த மீண்-டும் ஓயாமல் வேலை செய்து கொண்டிருப்பர். இதுபோன்ற சமயங்களில் தான் அவர்களுக்கு அன்பும் அரவணைப்பும் ஆறுதலும் கவனிப்பும், மதிப்பும் தேவை. இதை மிக அழகாகக் கவிஞர் வெளிப்படுத்தியுள்ளார். பிள்ளைகள் நல்ல வசதியோடு இருந்தும், பெற்றோரை பார்த்துக்-கொள்ளாமல் முதியோர் இல்லங்களில் சேர்க்கும் கொடுமையும் நம் நாட்டில் நடக்கிறது.

மரணத்திற்குப் பிறகு நீ எங்கே செல்ல ஆசைப்படுகிறாய்? என யாரிடத்தில் கேட்டாலும் நல்லவர், தீயவர் என்ற பாகுபாடில்லாமல் சொல்-லக்கூடிய ஒரே பதில் சொர்க்கம் என்பது தான்! ஒருவர் சொர்க்கம் செல்ல வேண்டுமென நினைத்தால் அதற்குரிய அடிப்படை தகுதியே பெற்றோரிகளின் மனம் குளிரும் படியாக வாழ்ந்திருக்க வேண்டும். நாம் சொர்க்கம் செல்வதற்குக் காரணமாய் இருக்கும் பெற்றோர்களையே முதியோர் இல்லம் என்ற நரகத்தில் தள்ளி விடுவது எவ்வளவு பெரிய அபத்தம்!

முன்பொரு காலத்தில் மூலை முடுக்கெல்லாம் பெட்டி கடைகள் தானிருக்கும். இன்றோ ஊர்தோறும் முதியோர் இல்லங்கள் உருவாகி வரு-கின்றன. இதெல்லாம் அதிகப்படியான மனிதர்கள் சொர்க்கத்தை விட்டு விட்டு நரகத்தை நோக்கிய தங்களது பயணத்தைத் தொடர்கிறார்கள் என்று தான் கூற வேண்டும். இன்று பிள்ளைகளாய் இருப்பவர்கள் தான் நாளை பெற்றோர்களாய் மாறுகிறோம்!

"முன் செய்யின் பின் விளையும்" என்ற பழமொழியை மனதில் இருத்தி வாழ வேண்டும்.இன்று நமது பெற்றோர்களை முதியோர் இல்லத்தில் சேர்த்தால், நாளை நமது பிள்ளைகள் நம்மை முதியோர் இல்லத்தில் சேர்த்துவிடுவர். முதியோர் இல்லங்கள் மூடப்படாமல் நீடித்து இருப்ப-தற்குரிய காரணம் புரிகிறதா? நாம் குழந்தை பருவத்தில் இருக்கும் போது பாலூட்டிய தாய் தனக்குப் பிடித்த உணவு தன் பிள்ளைக்கு ஒத்துக் கொள்ளுமா? என யோசித்துப் பிள்ளைக்கு ஆகாது எனத் தெரிந்ததும் ஆசைபட்ட உணவுகளை உண்ண மறுத்துவிடுகிறாள். கருவை வயிற்-றில் சுமப்பதற்கு முன்பு வரை மிகவும் விரும்பி உண்ட உணவையெல்லாம் கருவை சுமந்ததற்குப் பின் விஷமாக்கி கொண்டது யாருக்காக? எதற்காக?

எல்லாம் பிள்ளைகளாய் இருந்த நமக்காகத்தானே, நமது ஆரோக்கியத்திற்காகத் தானே, அப்படியெல்லாம் கஷ்டப்பட்டுப் பெற்றெடுத்த அன்-னையவளை வயதான காலத்தில் அரவணைத்துக் கொள்ளாமல் முதியோர் இல்லங்களிலும், அனாதை விடுதிகளிலும் அடைக்கலம் தேடிக்-கொள்ள வைப்பது எவ்வளவு பெரிய கொடுமை! ஒரு தாய் தன் பிள்ளைகளைப் பெறுவதற்காக அழலாம். பெற்றதற்காக அழக்கூடாது. பிரசவ வேதனையைவிடக் கொடுமையானது பிள்ளை தன்னை முதியோர் இல்லத்தில் தள்ளும் போது ஏற்படும் வலி. அப்போதும் கூடத் தாய் தன் மக்களின் நல் வாழ்விற்காகப் பிரார்த்தனை செய்வதிலேயே தன் வாழ்நாளைக் கழித்து விடுவாள்.

"என் கண்கள் துடைக்கும்
உன் முந்தானை நுனி,
என் வலிகள் பிய்த்தெறியும் உன் விரல் நுனி,
இவைகளின் தைரியத்தில்,
நான்

அழுவதற்குக் கூட அச்சப்பட்டதில்லை”

(கவிஞர்சேவியர்கவிதைகள், உலகத் தமிழ்மொழி அறக்கட்டளை சிகாகோ, அமெரிக்கா)

தமிழிலக்கியம் பெண்ணின் வாழ்க்கையை ஏழு பருவங்களாகப் பகுத்துள்ளது. 30 அல்லது நாற்பது வயது வரையிலான பருவங்களே ஏழு பருவங்களாகச் சுட்டப்படுகின்றன. உண்மையில் பெண்ணிற்கு அதற்குப் பின்தான் வாழ்க்கையே தொடங்குகிறது. அதுவரையிலும் தான்வாழ்க்கையில் பல அனுபவங்களைப் பெறுகிறாள். அதற்குப் பின்னரே, பெற்ற பல அனுபவங்களைப் பிறருக்கும் எடுத்துக் கூறும் பக்குவ நிலைக்கு வருகிறாள். தந்தை,கணவன், மகன் என்ற கட்டுப்பாட்டிற்குள்ளிருந்தாலும் தன்னுடைய வாழ்க்கையைப் பற்றிய புரிதல் பெண்களுக்கு நாற்பது வயதிற்கு மேல்தான் கிடைக்கிறது.

பெண்களின் ஏழு பருவங்கள்

பேதை 1 முதல் 8 வயது வரை

• பெதும்பை 9 முதல் 10 வயது வரை

• மங்கை 11 முதல் 14 வயது வரை

• மடந்தை 15 முதல் 18 வயது வரை

• அரிவை 19 முதல் 24 வயது வரை

• தெரிவை 25 முதல் 29 வயது வரை

• பேரிளம் பெண் 30 -40 வயது முதல் என்கின்றன தமிழ் இலக்கியங்கள்.

60 வயது வரையிலும் தாய் தன்னையும் தன் குழந்தைகளையும் பார்த்துக்கொள்வாள்.

முதுமைக் காலத்தில் பிள்ளகளுக்காக வேறு ஊரில் சென்று வாழும் நிலையை முதியவர்கள் யாரும் விரும்புவதில்லை. மண் பற்று, பழகிய இடம், சொந்தபந்தங்கள் ஆகியோரை விட்டு அவர்களால் மீளவே முடியாது. ஆனாலும், பிள்ளைகளுக்காக அதையும் தூக்கி எறிந்து விட்டு புது வாழ்க்கையை வாழக் கிறம்பிவிடும் முதியவர்களையும் நாம் பார்க்கிறோம்.

“அந்நிய பூமியில்

சொந்த விழுதுகளை

தொலைத்து விட்டு

சதை பிண்டத்துடன்- ஓர்

உயிர் போராட்டம்“என்கிறார் இதை ஒரு கவிஞர்.

முதுமையின் பெரிய வளமாக இருக்கக் கூடியது நல்ல மனித உறவுகளைச் சேர்த்துக்கொள்வதாகும். குடும்பத்திலும் சரி, நண்பர்கள் உறவினர்கள் மத்தியிலும் சரி நிறைந்த அன்பைக் கொடுத்து நல்ல உறவுகளைக் கட்டி வளர்த்துக் கொள்வது முதுமையின் சிறப்பு. இப்படிப்பட்ட முதியவர்களோடு வாழும் இளம்பிள்ளைகளும் உறவுகளின் மேன்மையைப் புரிந்து கொள்ளும். குடும்பத்திற்கு மட்டுமில்லாமல், சமூகத்திற்கு அதனால், ஏற்படும் பயன்களும் எண்ணற்கரியவை. உளவியலாளர்கள் முதுமையை இளமுதுமை என்றும் முதிர்முதுமை என்றும் இரண்டாகப் பிரித்து நோக்குகின்றனர்.

75 வயதுக்கு உட்பட்டவர்களை இள முதுமையில் இருப்பவர்கள் எனக் கருதலாம். எண்பது வயதுக்கு மேற்பட்டோர் முதிர்முதுமையில் இருப்பவர்கள் எனக் கருதலாம் என்கின்றனர்.

முதுமையின் வரப்பிரசாதங்களாக உளவியலாளர்கள் சில கருத்தை முன் வைக்கிறார்கள். ஒருவர் இளமையில் பெற்றிருந்த மொழி அறிவும், கணித அறிவும் முதுமையிலும் குறைந்து போவதில்லை என்றும், இதனாலேயே முதியவர்கள் பலர் எழுதும் நூல்கள் மிகச் சிறப்பாகவே அமைவதைப் பார்க்கலாம் என்றும் கூறுகிறார்கள்.

அதேபோல ஒருவரின் வாழ்நாளில் இயல்பாகப் பெற்றுக்கொள்ளும் திறன்கள் முதுமையில் குறைந்து போவதில்லை என்றும் நன்றாகச் சமையல் செய்யக்கூடிய அம்மா, முதுமையிலும் ருசியாகச் சமைப்பார்என்றும் அழகாக ஓவியம் செய்யக்கூடியவரின் திறன் முதுமையில் சரிந்து போவதில்லை என்றும் கூறுகிறார்கள்.

புதிய தகவல்களைக் கற்றுக்கொள்வது முதுமையிலும் சாத்தியமானதாகவே இருக்கிறது என்றும்,எண்பது வயதிலும் புதிய பல்கலைக்கழகப் பட்டங்களைப் பெறுவோரை இன்று முன்னரை விட அதிகமாகவே காணக்கூடியதாக உள்ளது என்றும் ஆய்வுகள் நிரூபித்துள்ளதாகத் தெரிவிக்கிறார்கள்.முதுமையில் உள்ள தெளிவின் காரணமாக, அவர்களுக்கு மிக ஆர்வமான ஒரு துறையில் கற்கிறபோது கற்றலில் அவர்கள் சங்கடப்படுவதில்லை என்கிறார்கள். ஒருவருடைய கற்பனைத் திறனும், கலையாக்கத் திறனும் முதுமையில் குறைவதில்லை. அதனால் தான் கலைஞர்கள் முதுமையிலும் போற்றப்படத்தக்கவர்களாகவே இருக்கிறார்கள். எனவே,பழுத்த அனுபவங்களைக் கொண்ட, அவர்களை முழுமையாகப் பயன்படுத்திக் கொள்வது ஒரு சமூகத்தின் கட்டாயத் தேவையாகும்.

"எனக்கு வேலை கிடைத்தபோது
நான் வெறுமனே மகிழ்ந்தேன்
நீதானே அம்மா
புதிதாய்ப் பிறந்தாய் ?
    உனக்கு முதல் சம்பளத்தில்
வாங்கித்தந்த ஒரு புடவையை
விழிகளின் ஈரம் மறைக்க
கண்களில் ஒற்றிக் கொண்டாயே
நினைவிருக்கிறதா ?
    இப்போதெல்லாம்
என் கடிதம் காத்து
தொலை பேசியின் ஒலிகாத்து
வாரமிருமுறை
போதிமரப் புத்தனாகிறாய்
வீட்டுத் திண்ணையில்.
    எனக்கும்
உன் அருகாமை இல்லாதபோது
காற்றில்லா ஓர் வேற்றுக் கிரகத்துள்
நுழைந்த வெறுமை" *(கவிஞர் சேவியர் — கவிதைகள், காவியங்கள் நூலிலிருந்து)*

    முதுமை மேலும் பல நன்மைகளை அவர்களுக்கு வழங்கியுள்ளது. அவை, ஆக்கத்திறனுடன் பிரச்சினைகளைத் தீர்க்கும் தன்மை முதுமை காரணமாக எவ்வகையிலும் பாதிக்கப்படுவதில்லை. இதனால், குடும்பப் பிரச்சினைகள், நிறுவனப் பிரச்சினைகள், சமூகப் பிரச்சினைகள் ஆகி-யவற்றைத் தீர்ப்பதில் முதியவர்கள் மிகக் கணிசமான பங்களிப்பை நல்கக்கூடியவர்கள். ஆலோசனை வழங்கும் தொழில்களில் அவர்களைப் பணியமர்த்துவது, பல வகைகளில் நன்மையாகவே அமையும் என்பது உண்மையாகும்

10

அந்நியக் கலாச்சார மோகம்

இன்றைய நவீன உலகில் வாழ்ந்து வருகின்ற இளைய தலைமுறையினர் தொலைக்காட்சி, சினிமா, தொலைபேசி, அலைபேசிகளினால் சீரழிந்து வருகின்றனர். பண்பாட்டு மாற்றம் விசக் காய்ச்சல் போல் நாளும் பரவி சமூகத்தின் ஆணிவேரான குடும்ப அமைப்பையே தகர்த்து வருகிறது. அந்நியக் கலாச்சாரச் சூழலில் நாம் சுயத்தைத் தொலைத்து வருகிறோம். இளைய தலைமுறையினரை நல்வழிப்படுத்த வேண்டிய பொறுப்புச் சமூகத்திற்கு உள்ளது. முதியவர்கள்தான் பண்பாட்டை மீட்டெடுக்க உதவ முடியும்.

நடைமுறைகளைக் கூர்ந்து கவனிக்கிற பொழுது, சமூகச் சிக்கல்களுக்கான தீர்வுகள் சமூகத்திற்குள்ளேயே இருக்கிறது என்று புலப்படும். மனத்தின் ஆழத்தில் பதிந்துவிட்ட சில நிகழ்ச்சிகளே அதற்கான விடியலையும் தரும். எங்கும் தேடிப்போகத் தேவையில்லை. புதிது புதிதாய் மனித உறவுகளில் முடிச்சுகள் விழுந்துகொண்டிருக்கின்றன. காலங்கள் மாற மாறப் புதிது புதிதாய் சிக்கல்களும் முளைத்துக் கொண்டுதான் உள்ளன. அதற்கான விடியல் நம் கதவை வந்து தட்டாது. நாம்தான் தேடிப் பெற்றுக் கொள்ள வேண்டும். எதையும் அலட்சியப்படுத்தா-மல், எல்லாவற்றிலும் அக்கறை கொண்டு, உற்றுப் பார்த்து உண்மை தேட வேண்டும். சூக்குமம் அறிய வேண்டும். வாழ்க்கையில் நடக்கும் இயல்பான சம்பவங்களே நமக்கு வழிகாட்டும். அதைத் தேர்ந்தெடுத்துக் கொள்ள வேண்டியதும் அறிந்து கடைப்பிடிக்க வேண்டியதும் அறிந்து கடைபிடிக்க வேண்டியதும், சிலவற்றை அதற்காக விட்டுக்கொடுத்துப் போவதும் மிகவும் அவசியம். எதை எளியதாகக் கருதுகிறோமோ அது-தான் வலியது என்று காலம் நமக்கு எளிதில் உணர்த்திவிடும்.

கவிஞன் தன் கவிதையில் அதைத்தான் உணர்த்த விழைகிறான். கவிதை ஏதோ ஒன்றைச் சொல்ல நினைக்கிற போதே அதனுடைய பண்பைச் சார்ந்த தேனை அதற்குரிய வடிவழகைத் தீர்மானித்துவிடுகிறது.

தாய்மையின் ஆற்றலையும், பண்பு நலன்களையும் உணர்ந்த மனிதன் தன்னைக் காக்கும் நடமாடும் தெய்வமாகவே தாயை ஆதிமுதலே வழி-பட்டு வந்துள்ளான். தாயைத் தெய்வமாக வழிபடும் மரபு சுமேரியா, எகிப்து, அசிரியா, பாரதம் முதலான நாடுகளில் உண்டு. ஆணாதிக்கச் சூழலின் காரணமாகவே தாய்த் தெய்வம் பின்னுக்குத் தள்ளப்பட்டது.

உலகத்தின் எந்த இடத்திலும் கெட்ட பிள்ளை உண்டு. ஆனாலும் எங்கேயும் கெட்ட தாய் இல்லை.

ஸ்ரீமத் சுவாமி சித்பவானந்தர் அவர்கள் கூறுகிறார்.
தன் குழந்தையிடத்துக் குற்றம் ஒன்றும் காணாது குணமே காணும் பாங்குடையவள் தாய். என் தாயே, உனதருளாலன்றி உய்யும் ஆறு நான்

"

அறிகிலேன்.கடவுளை நோக்கி நாம் ஓரடி சென்றால் அவர் நம்மை நோக்கிப் பத்து அடி வருகிறார்.. பெற்ற தாய் படைத்துள்ள உள்ளக் கசிவு கடவுளின்கருணையேயாம். தாயின் உள்ளத்தை அறிபவன் கடவுளின் கருணையை அறிபவன் ஆகிறான்.

இதே கருத்தையே தாயுமான சுவாமிகளும் கூறியிருக்கிறார்.
"எத்தன்மைக் குற்றம்
இயற்றிடினும் தாய்பொறுக்கும்
அத்தன்மை நின்னருளும்
அன்றோ பராபரமே"

எனவேதான் இந்தியப் பண்பாட்டில் தாய்க்கு உயர்நிலை கொடுக்கப்பட்டிருக்கிறது. அம்மாவே தெய்வம் என்று தான் சாத்திரங்களும் கூறு- கின்றன. அம்மாவைப்போல எதையும் திரும்ப எதிர்பாராத அன்பு செலுத்தக் கூடியவர்கள் இவ்வுலகில் எவரும் இல்லை என்பதே இந்தியத் தத்துவங்கள் கூறும் உண்மையாகும். சுயநலப்பற்றற்ற நிலையில் உலகில் தாய் ஒருத்திதான் இருக்கின்றாள். சுயநலத்தை நீக்கல் வேண்டும் என்னும் கோட்பாட்டைத் தாய் ஒருத்தியிடமிருந்தே மற்றவர்கள் கற்றுக்கொள்ள முடியும். கடவுளின் அன்புக்கு அடுத்தபடியில் இருக்கிறது தாயின் அன்பு. ஆதலால் தாயின் அன்பு மூலமே கடவுள் அன்பை நாம் ஓரளவு அறிந்துகொள்ள முடியும். மேலை நாடுகளில் பெண் ஒருவனால் மனைவியாகப் பார்க்கப்படுகிறாள். ஆனால் கிழக்கில் அவள் எப்போதும் தாயாகவே போற்றப்படுகிறாள். இந்தியாவில் பெண் என்பவள் நம் கண்களுக்குத் தரிசனம் தரும் தெய்வம். அவள்தன் முழுவாழ்க்கையையும் தாய்மைக்கே அர்ப்பணிக்கிறாள்' என்கிறார் சுவாமி விவேகானந்தர்.

"அம்மா என்றழைக்காத உயிரில்லையே
அம்மாவை வணங்காது உயர்வில்லையே
நேரில் நின்று பேசும் தெய்வம்
பெற்ற தாயன்றி வேறொன்று ஏது"
    என்ற கவிஞர் வாலியின் திரைப்படப் பாடலும் இந்த உண்மையையே எடுத்தியம்புகிறது.

அம்மா என்பவள் இருக்கும் வரை எவரும் அநாதை ஆவதில்லை. மகாபாரதம் சாந்தி பர்வதம் இவ்வாறு கூறுகிறது. ""தாய் இருக்கும் வரை கவலை என்பதே மனிதனுக்கு இல்லை. செல்வம் அனைத்தும் அழிந்த பின்னும் அம்மா என்று அழைக்க வீட்டில் தாய் இருந்தால் போதும். அன்னம் அளிக்கும் தெய்வம் இருப்பதாகப் பொருள்"" இதையே இக்கவிஞர் உணர்ந்து சொல்லியிருக்கிறார்.

பணத்தை மையமாக வைத்து உறவுகள் மதிக்கப்படும் காலம் இது. தாய்ப்பாலில் வளர்ந்து, தந்தையின் வியர்வையில் உயர்ந்து, வெளிநாடுகளில் பணியாற்றிப் பணம் சேர்க்கும் இளைஞர்கள் சிலர் இன்பங்களைப் பட்டியலிட்டு அனுபவிக்கும் அவசரத்தில், ஆதரவற்று நிற்கும் பெற்றோரைப் புறக்கணித்துவிடுகின்றனர். அப்படிப் புறக்கணிக்கப் பட்ட பெற்றோரின் கண்ணீரில் வரையப் பட்டது இந்தக் கவிதை. வேறு ஒரு கவிஞரின் இந்தக் கவிதையைப் படியுங்கள்........

"மகனே...
நீ பிறந்த அன்று
தோட்டத்தில் வைத்தோம்
ஒரு தென்னங்கன்று
எங்கள் வியர்வையில்
நீ உயர்ந்தாய்
நாங்கள் வார்த்த தண்ணீரில்
தென்னை வளர்ந்தது
எங்கோ இருந்து நீ ஈட்டும் பணம்
உனக்கு இன்பம் தருகிறது
இங்கே இருக்கும் தென்னை மரம்
எங்கள் இருவருக்கும்
சுக நிழலும் சுவை நீரும் தந்துதவுகிறது
ஒருநாள்...
நீ ஈமயிலில் மூழ்கியிருக்கும்போது

எங்களை ஈ மொய்த்த செய்தி வந்து சேரும்
இறுதிப் பயணத்தில்
நீ இல்லாமற் போனாலும்
தென்னை ஓலை
எங்கள் கடைசி மஞ்சமாகும்!"

' "ஆசைப்பட்ட எல்லாத்தையும் காசிருந்தா வாங்கலாம் அம்மாவ வாங்க முடியுமா?" என்கிறது ஒரு திரைப்படப்பாடல். இந்தப் பாடல் கூறும் உண்மையை உணராதவர் என்ன பெற்று என்ன பயன்?

ஆனால் மருத்துவக் கவிஞரோ, தன் தாயை நோக்கி, "அன்பே உன்னைவிட அரிதாக ஏதும் இருப்பதாய் அடியேனுக்குப் புலப்படவில்லை" என்று தாயை மிஞ்சிய சொத்து எதுவுமில்லை என்கிறார்.

""அன்பே உன்
அருகாமையை விட
அரிதாக ஏதும் இருப்பதாய்
அடியேனுக்குப் புலப்படவில்லை
உரக்கச் சொல்கிறேன்
ஒத்துக் கொள்ளுங்கள்""(ப-18)

அயல்நாட்டில் தாயைப் பிரிந்து வாழும் கவிஞர் சேவியரின் கவிதைகள் இதை மெய்ப்பிக்கின்றன.
    "போலியில்லா உன்முகம் பார்த்து
உன் மடியில் தலைசாய்த்து
என் தலை கோதும் விரல்களோடு
வாழத்தான் பிடித்திருக்கிறது எனக்கும்
    இந்த
வாழ்க்கை நிர்ப்பந்தங்கள் தான்
வலுக்கட்டாயமாய்
என் சிறகுகளைப் பிடுங்கி
வெள்ளையடிக்கின்றன." இயந்திரத்தனமான வாழ்க்கையில் தாய்ப்பாசத்திற்காக ஏங்கும் பிள்ளைகளின் ஏக்கம் இக்கவிதையில் பதிவாகியுள்-
ளது.

    பிரபஞ்சத்தைப் படைத்தளித்த பரம்பொருள் எல்லா இடங்களிலும் ஒரே நேரத்தில் இருக்க முடியாததால்தான், ஒவ்வோர் உயிருக்கும் ஒரு தாயைத் தந்தது என்பர். அத்தாயையே பிரிவதென்பது இம் மண்ணையே பிரியும் பிரிவிற்கு ஈடானதென்பதைத் தாயைப் பிரிந்து வாழ்பவர்கள் உணர்ந்திருக்கிறார்கள்.

குழந்தையிலே குழந்தையனாய்
விடலையிலே தோழியானாய்...
என்ன விந்தை அம்மா நீ!!
எப்போதும் அரவணைத்தாய்...
அன்பு கூருவேன் அன்னையே..!
நீ மனித குலத்தின் பெருமையே..!
உன் நலத்தைப் பேணவே,
போராடுவேன் என்றென்றுமே...!(கி. ஹெயின்ஸ் ராஜா.எழுத்து.காம்)

    இன்றைக்கு மேற்கத்திய கலாச்சாரங்கள் காரணமாக முதியோர் இல்லங்கள் அதிகரித்து வரும் சூழலில் 'அன்னை எனும் பூங்காற்று' அதற்குத் தீர்வாக வந்திருக்கிறது. பெற்றோர்களுக்கெதிரான சமூகக் கொடுமைகள் தலைவிரித்தாடுவதற்கு நன்றி கொன்றல் ஒன்றே தான் காரணம் என்பதை மறுப்பதற்கில்லை. பிள்ளைகளாய் இருப்போரே! நாளை நமக்கும் அந்த நிலை வருவதற்கு முன் நமது பெற்றோர்களை பேணுவோம். அவர்களது மன திருப்தியைப் பெற்றுக் கொள்வோம்! என்று உலகிற்கு உணர்த்த வந்த நூலே அன்னை எனும் பூங்காற்று ஆகும்.

தாயும் தந்தையும் ஒருவனுக்குத் தன் இரண்டு கண்களைப் போல் மதிப்புமிக்கோர் ஆவர். இவ்வுலகில் ஒருவன் பிறப்பதற்காக அவ்விருவரும்

படும் சிரமங்களும் துன்பங்களும் வார்த்தைகளுக்குள் அடங்குவன இல்லை. பெற்றெடுத்த பிள்ளையைச் சீராட்டி வளர்த்து நல்லொழுக்கம் கற்பித்துக் கல்வியைப் போதித்துத் தன்னைவிடச் சிறந்தவனாய் உயர வேண்டுமென நினைப்பவர் தந்தை. ஓங்கி வளர்ந்து, தழைத்து, காயோ-டும் கனியோடும் காட்சிதரும் ஒரு விருட்சத்தைத் தாங்கி நிற்பது அதன் ஆணிவேர்தான். அதுபோல் ஒரு குடும்பத்தின் தலைவனாக இருந்து, அக்குடும்பத்தைச் சீரான முறையில் நடத்தி வருபவன் தந்தை எனும் பொறுப்பில் உள்ளவன்தான் என்பது அனைவருக்கும் தெரியும்.

தந்தை சரியாக இருந்தால்தான் ஒரு தாயும் நலமாக இருப்பாள். பிள்ளைகளும் பொறுப்புடன் இருப்பார்கள். அந்தவகையில் இக்கவிஞருடைய தந்தை இவருடைய குடும்பத்திற்கு மட்டுமின்றி ஊருக்கே தந்தையாக விளங்கியதையும் ஆங்காங்கே எடுத்துரைக்கிறார். ஒரு தந்தை தம்மு-டைய பிள்ளையை நல்ல பிள்ளையாக வளர்க்க தம் வாழ்நாளில் எவ்வளவு பாடுபட்டிருப்பார். அவர் எவ்வளவு சிரமங்களைச் சகித்திருப்பார். அவர் செய்த அத்தனை முயற்சிகளின் பயனாக வளர்ந்த பிள்ளை, அதை பின்னாளில் நினைத்துப் பார்க்கவேண்டும் என்பதை தன் கவிதை மூலமாக எடுத்துக்காட்டியிருக்கிறார். கவிஞர், தம் தந்தையின் கடின உழைப்பையும் அவர் தன்னை வளர்க்க எடுத்துக்கொண்ட சிரமங்களை-யும் அதற்காக அவர் அனுபவித்த இன்னல்களையும் நினைவுகூர்ந்து, கவிதையாக வடித்திருக்கிறார்.

பிள்ளைகளுக்குச் செல்லம் கொடுத்த அதேநேரத்தில், கண்டிப்பும் தன் தந்தையின் வளர்ப்பில் இருந்ததை வெளிப்படுத்துகிறார். பிள்ளைகளி-டையே பாசம் பகிர்ந்துபோனதாலோ என்னவோ, அளவுக்கதிகமாகச் செல்லம் காட்டியதில்லை என்கிறார். இதனால், பொறுப்புள்ளவர்களாகத் தாங்கள் வளர்ந்ததைச் சுட்டிக் காட்டுகிறார்.

இந்தியாவில் 2016ஆம் ஆண்டில், 60 வயதுக்கு மேற்பட்ட முதியோர் 12 கோடிப் பேர் இருப்பார்கள் என்கிறது ஒரு புள்ளிவிவரம். இவர்களில் 51 விழுக்காட்டினர் பெண்களாவர். தமிழகத்தில் 1991இல் இவர்களில் 60 வயதுக்கு மேற்பட்டோர் எண்ணிக்கை 44 லட்சம். இவர்களில் 60 விழுக்காட்டினர் உணவு, உடை, உறையுள் ஆகிய வசதிகளின்றித் தவித்தனர் என்றது ஒரு புள்ளி விவரம். பிள்ளைகள் வசதி வாய்ப்போடு வாழ்ந்தும், முதியோர் இல்லங்களில் பெற்றோரைச் சேர்த்துவிட்டுப் பொறுப்பைத் தட்டிக்கழித்துவிடுகின்றனர். சென்னையில் மட்டும் சுமார் 50 கட்டண முதியோர் இல்லங்கள் உள்ளன என்றால் பார்த்துக்கொள்ளுங்கள். அரசியலாலும், சினிமாவும் நம்மைப் பாதித்தபோல் வேறு எதுவும் பாதித்ததில்லை. காமராஜர் தாய்க்கு மட்டும் மாதம்தோறும் அடிப்படைச் செலவுக்கு 120 ரூபாய் அனுப்பிவைத்தார். கலைஞர் கருணாநிதி நாத்திகம் பேசினாலும் தாயைத் தெய்வமாகத் தொழுதிடும் ஆத்திகர். எம்.ஜி.ஆரும், சிவாஜி கணேசனும் அம்மா என்ற சொல்லின் ஆழம் கண்டவர்கள். இவர்கள் அனைவரும் வாழ்க்கையில் வளர்ந்தவர்களே தவிர, வீழ்ந்தவர்களில்லை.

கற்றதில் கண்டதில் வாழ்ந்ததில்
மெத்த உயர்ந்தது தாய்மை
சுற்றத்தில் பக்கத்தில் வீட்டில்
இன்றும் மனதால் அழுகிறது தாய்மை
இரத்தத்தில் தாய்ப்பாலாய்
உணர்வில் தாய்ப்பாலாய்
பேச்சில் தாய்ப்பாலாய்
இனிக்கிறது தாய்மை
முதியோர் இல்லத்தில்தான்
வேகிறது தாய்மை (வித்யா சாகர்.வலைத்தமிழ்.காம்)

முதியவர்களைக் கையாள்வது தொடர்பாக ஒவ்வொருவரும் சிந்திக்க வேண்டும். ஒரு முதியவர் சொல்கிறார். 'நான் எதிர்பார்ப்பதெல்லாம் என் பேச்சைக் கேட்க வேண்டும், என்னிடம் பரிவுடன் நடந்து கொள்ளவேண்டும் என்றெல்லாம் அல்ல. எல்லோரும் கலகலப்பாக அரட்டை அடித்துக் கொண்டும், ஜோக் சொல்லிக் கொண்டும் ஒருவரை ஒருவர் கிண்டலடித்துக் கொண்டும் இருக்கிற போது அதில் என்னையும் சேர்த்துக் கொள்ள வேண்டும் என்பது தான். அவர்களை முதியவர்கள் என்றோ, இந்தக் காலத்திற்கும் அவர்களுக்கும் வெகுதொலைவு என்ப-து போன்ற அவற்றைப் புறக்கணிப்பதோ அவர்கள் விரும்பாத ஒன்று. அவர்களையும் நம் கலகலப்பில் சேர்த்துக் கொண்டாலே அவர்கள் மகிழ்ச்சியடைவர்கள். முதியோர்களை எப்படிக் காக்க வேண்டும் என்பதை ஒரு செயல் மூலம் உணர்த்துகிறார். தம்மக்கள் நன்றாக இருக்க வேண்டும் என நினைக்கும் தாயை பாதுகாக்கும் ஒரு மகனாக இங்குக் கவிஞர் தென்படுகிறார். தாயின் ஆழ்மனதில் ஒரே குறிக்கோள் பிள்ளைகளின் அமைதி.

"கருவிலுன்னை வாங்கி பத்திரமாய்ப்
பாதுகாத்து பத்தியமாயிருந்து பத்துமாதம்
சுமந்திருந்து, உயிர் பிளக்கும் வலியினூடே
இடைநோகப் பெற்றெடுத்தேன் --அப்போது தெரியவில்லை
முட்டி முட்டிப் பால் குடித்தாய் நகத்தாலே
கீறிவிட்டாய் கீழிறக்கி விடவில்லை கடிந்துள்ளை!

பேசவில்லை இடுப்பிலே சுமந்திருந்தேன்
அடுப்பிலே நான் வெந்து ஆளாக்கிவிட்டேன்
--அப்போது தெரியவில்லை
பிஞ்சுக்கையால் அடித்தபோதும்,பற்களால்
கடித்தபோதும் எட்டி எட்டி உதைத்தபோதும்
முடிபிடித்து இழுத்தபோதும் ஏறி என்னை
மிதித்தபோதும் சுகமாய் நான் நினைத்தேன்
-அப்போது தெரியவில்லை
தள்ளாத வயதிலென்னை தாங்கும் வேராய்
நினைத்திருந்தேன் நீயும் நானும் வேறு வேறாய்
தனிமையிலே இருக்கவிட்டாய் தவிக்கும் மனம்
உணராமல் தள்ளியே அனுப்பி விட்டாய் -- இப்போது தெரிகிறது
வேறென்ன நான் கேட்டேன் அன்பாக அம்மா
வென்றொரு முறையேனும் சொல் என்றேன்
அதுகூட முடியாமல் மௌனமாய் நீயிருந்தாய்
தவறென்ன செய்திட்டேன்? இதயமே வலிக்கிறது
இப்போது வலிக்கிறது" -- தமிழ்த்தேனீ

இன்றைய வேகமாக ஓடும் வாழ்க்கையில் அதிக நேரம் முதியவர்களிடம் செலவழிக்க முடியாது. தன் சிறப்பையே கண்டிராத மனிதக் கூட்டங்கள் தான் இன்று நடமாடிக் கொண்டிருக்கின்றன. எனினும், முதியவர்கள் எதிர்பார்ப்பது அன்பான இதமான விசாரிப்பும், கனி-வான பேச்சும், இளையவர்களின் இதயத்தில் ஒரு மூலையில் கொஞ்சம் இடமும்தான். இளமையும் முதுமையும் ஒன்றோடு ஒன்று பின்னிப் பிணைந்து விட்டால் இச்சமூகத்தில் வன்முறை ஏது? பிரிவினை ஏது? குடும்பத்தில் சமூகத்தில் துன்பத்திற்கு இடமேயில்லை. முதியவர்கள் காலப்போக்கையும், வாழ்வியல் மாற்றங்களையும் புரிந்துகொண்டு புரிந்துணர்வோடு நடந்தால் மண்ணில் சொர்க்கம் காணலாம். நாமும் ஒரு நாள் முதுமை அடைவோம்; இன்றைக்கு நம் தாயை, தந்தையை எப்படி நாம் நடத்துகிறோம் என்பதை நம் பிள்ளைகள் கவனிக்கிறார்கள். நமது முதுமையில் நம்மை அவர்கள் அப்படித்தானே நடத்துவார்கள் என்பதை யோசித்து, தாய், தந்தையரைக் கண்போல் காப்போம். அவர்-களின் மனம் நோகாமல் நடப்போம்.

பிள்ளைகளின் இதயம்தான் பெற்றோர் இருக்க வேண்டிய இடம் என்பதுதான் மருத்துவக் கவிஞரின் "அன்னை எனும் பூங்காற்று" கவிதை நூல் வலியுறுத்தும் செய்தியாகும்.